மேற்கின் குரல்

உலக இலக்கியக் கட்டுரைகள்

எஸ். ராமகிருஷ்ணன்

தேசாந்திரி பதிப்பகம்

தேசாந்திரி பதிப்பக வெளியீடு: 70

மேற்கின் குரல் - கட்டுரைகள்
எஸ்.ராமகிருஷ்ணன்

முதல் பதிப்பு: டிசம்பர் 2019

தேசாந்திரி பதிப்பகம்,
டி-1, கங்கை அப்பார்ட்மெண்ட்,
110, 80 அடி ரோடு, சத்யா கார்டன்,
சாலிகிராமம், சென்னை 600 093,
தொலைபேசி: 044 23644947.
விலை: ரூ. 100

MERKIN KURAL - ESSAYS
S.Ramakrishnan ©

First Edition: December 2019, Pages: 112
Size: Demy 1x8, Paper: 18.6 kg maplitho

Published by :
Desanthiri Pathippagam
D-1, Gangai Apartments,
110, 80-Feet Road, Satya Garden, Saligramam,
Chennai - 600 093, Ph: 044 2364 4947
Email : desanthiripathippagam@gmail.com
www.desanthiri.com

ISBN: 978-93-87484-90-0
Wrapper Design: Manikandan
Book Design: Hari prasad.
Printed by: Ramani Print Solution, Chennai.

Price: Rs. 100

எஸ். ராமகிருஷ்ணன்

எஸ். ராமகிருஷ்ணன், விருதுநகர் மாவட்டம் மல்லாங்கிணறு கிராமத்தில் 1966இல் பிறந்தார். முழுநேர எழுத்தாளரான இவர் தற்போது சென்னையில் வசிக்கிறார்.

சிறுகதைத் தொகுப்புகள்: எஸ். ராமகிருஷ்ணன் கதைகள், நடந்து செல்லும் நீருற்று, பதினெட்டாம் நூற்றாண்டின் மழை, அப்போதும் கடல் பார்த்துக்கொண்டிருந்தது, நகுலன் வீட்டில் யாருமில்லை, புத்தனாவது சுலபம், வெளியில் ஒருவன், காட்டின் உருவம், தாவரங்களின் உரையாடல், வெயிலைக் கொண்டு வாருங்கள், பால்யநதி, மழைமான், குதிரைகள் பேச மறுக்கின்றன, காந்தியோடு பேசுவேன், நீரிலும் நடக்கலாம், என்ன சொல்கிறாய் சுடரே, தனிமையின் வீட்டிற்கு நூறு ஜன்னல்கள், சிவப்பு மச்சம்.

நாவல்: உப பாண்டவம், நெடுங்குருதி, உறுபசி, யாமம், துயில், நிமித்தம், சஞ்சாரம், இடக்கை, பதின், ஒரு சிறிய விடுமுறைக்கால காதல் கதை.

கட்டுரைத் தொகுப்புகள்: விழித்திருப்பவனின் இரவு, இலைகளை வியக்கும் மரம், என்றார் போர்ஹே, கதாவிலாசம், தேசாந்திரி, கேள்விக்குறி, துணையெழுத்து, ஆதலினால், வாக்கியங்களின் சாலை, சித்திரங்களின் விசித்திரங்கள், நம் காலத்து நாவல்கள், காற்றில் யாரோ நடக்கிறார்கள், கோடுகள் இல்லாத வரைபடம், மலைகள் சப்தமிடுவதில்லை, வாசகபர்வம், சிறிது வெளிச்சம், காண் என்றது இயற்கை, செகாவின் மீது பனி பெய்கிறது, குறத்தி முடுக்கின் கனவுகள், என்றும் சுஜாதா, கலிலியோ மண்டியிடவில்லை, சாப்ளினுடன் பேசுங்கள், கூழாங்கற்கள் பாடுகின்றன, எனதருமை டால்ஸ்டாய், ரயிலேறியகிராமம், பிகாசோவின் கோடுகள், இலக்கற்ற பயணி, செகாவ் வாழ்கிறார், ஆயிரம் வண்ணங்கள்.

திரைப்பட நூல்கள்: பதேர் பாஞ்சாலி—நிதர்சனத்தின் பதிவுகள், அயல் சினிமா, உலக சினிமா, பேசத்தெரிந்த நிழல்கள், இருள் இனிது ஒளி இனிது, குற்றத்தின் கண்கள் பறவைக் கோணம், சாமுராய்கள் காத்திருக்கிறார்கள். நான்காம் சினிமா,

குழந்தைகள் நூல்கள்: கால் முளைத்த கதைகள், ஏழு தலைநகரம், கிறுகிறு வானம், பறந்து திரியும் ஆடு, எலியின் பாஸ்வேர்ட், கால் முளைத்த கதைகள், விலங்குகள் பொய் சொல்வதில்லை, லாலிபாலே, நீளநாக்கு, சாக்ரடிஸின் சிவப்பு நூலகம், தலையில்லாத பையன், எனக்கு ஏன் கனவு வருது, காசுகள்ளன், பம்பழாபம், சிரிக்கும் வகுப்பறை, அக்கடா.

உலக இலக்கியப் பேருரைகள்: ஆயிரத்தொரு அரேபிய இரவுகள், ஹோமரின் இலியட், ஷேக்ஸ்பியரின் மெக்பத், ஹெமிங்வேயின் கடலும் கிழவனும், தஸ்தாயெவ்ஸ்கியின் குற்றமும் தண்டனையும், லியோ டால்ஸ்டாயின் அன்னா கரீனினா, பாஷோவின் ஜென் கவிதைகள்.

வரலாறு: எனது இந்தியா, மறைக்கப்பட்ட இந்தியா, கோடுகள் இல்லாத வரைப்படம்.

நாடகத் தொகுப்பு: அரவான், சிந்துபாத்தின் மனைவி, சூரியனைச் சுற்றும் பூமி.

நேர்காணல் தொகுப்பு: எப்போதுமிருக்கும் கதை, பேசிக்கடந்த தூரம்.

மொழிபெயர்ப்புகள்: நம்பிக்கையின் பரிமாணங்கள், ஆலீஸின் அற்புத உலகம், பயணப்படாத பாதைகள்.

தொகை நூல்: அதே இரவு அதே வரிகள் (அட்சரம் இதழ்களின் தொகுப்பு), வானெங்கும் பறவைகள்.

ஆங்கிலத்தில் வெளிவந்துள்ள நூல்கள்: Nothing but water, Whirling swirling sky, The Final Solitude.

இணையதளம்: www.sramakrishnan.com

உள்ளே..

1. ஜெங்கியின் கடைசிக்காதல் 7
2. கவிஞனின் நாட்குறிப்பு 12
3. கோர்தஸாரின் தெற்கு நெடுஞ்சாலை 16
4. மார்க்வெஸின் அறியப்படாத வாழ்க்கை 20
5. நினைவின் மொழி 26
6. மௌனத்தை மீட்டுகிறவன் 29
7. மார்க்ரெட் அட்வுட்டின் தீவு 34
8. ஜார்ஜ் ஆர்வெலின் குற்றவுணர்வு 38
9. தஸ்தாயெவ்ஸ்கியின் நாட்குறிப்பு 44
10. மஞ்சள் ரோஜாக்களின் நம்பிக்கை 48
11. நேரத்தை கண்காணிக்கும் மனிதன் 50
12. இரண்டு ரஷ்ய நகரங்கள் 54
13. லூக்கா எனும் மருத்துவர் 59
14. மரமெனும் நல்லாள் 61
15. ஏங்கெல்ஸின் மனைவி 63
16. ரே பிராட்பெரியின் நேர்காணல்கள் 65
17. அன்னையின் குரல் 71
18. உருமாறும் புத்தகங்கள் 76
19. எழுதப்படாத கதைகள் 79
20. பனியில் ஒரு யாத்திரை 83
21. அகிரா குரசேவாவின் திரைக்கலை 88
22. திரைக்குப் பின்னால் 95
23. ரஷோமானின் திரைக்கதை 98
24. சத்யஜித்ரேயின் சதுரங்க விளையாட்டுகாரர்கள் 104

1. ஜெங்கியின் கடைசிக் காதல்

மார்கெரித் யூர்ஸ்னார் புகழ்பெற்ற பிரெஞ்சு பெண் எழுத்தாளர். இவரது "கீழை நாட்டுக் கதைகள்" என்ற சிறுகதைத் தொகுப்பை க்ரியா பதிப்பகம் 2006இல் வெளியிட்டுள்ளது.

கடந்த 25 ஆண்டுகளில் தமிழில் மொழியாக்கம் செய்யப்பட்ட சிறுகதைத் தொகுப்புகளில் இதுவே தலைசிறந்தது என்று சொல்வேன். நேரடியாகப் பிரெஞ்சு மொழியிலிருந்து வெ. ஸ்ரீராம், எஸ். ஜனகநந்தினி, மனிஷா நாராயண், துர்கா சங்கர் ஆகியோர் சிறுகதைகளை மொழியாக்கம் செய்திருக்கிறார்கள்.

ழான் போல் சார்தர், சிமோன் தெ போவார், ஆல்பெர் காம்யூ ஆகியோரின் சமகால எழுத்தாளர் யூர்ஸ்னார். பெல்ஜிய தாய்க்கும் பிரெஞ்சு தந்தைக்கும் மகளாகப் பிறந்தவர். கிரேக்கம், லத்தீன், இத்தாலி, ஆங்கிலம் போன்ற மொழிகளில் நல்ல தேர்ச்சி கொண்டவர். கவிஞராகவே தனது இலக்கிய வாழ்க்கையைத் துவங்கினார். இவரது உரைநடையிலும் கவித்துவம் மிகுந்து காணப்படுகிறது.

ஓரியண்டல் என அழைக்கப்படும் கீழை நாட்டின் இலக்கியங்கள், தொன்மங்கள்மீது மிகுந்த ஈடுபாடு கொண்டவர். அதன் பாதிப்பிலிருந்தே இந்தச் சிறுகதைத் தொகுப்பை எழுதியிருக்கிறார். ஒவ்வொரு கதையும் ஒரு தேசத்தினைச் சார்ந்தது. இந்தியப் புராணத்திலிருந்து எடுத்துக் கையாண்ட காளி பற்றிய இவரது சிறுகதை சர்ச்சைக்கு உள்ளானது.

இந்தியாவிற்கு இருமுறை வந்திருக்கிறார். கவிஞர் அம்ரிதா ப்ரீதம் இவரது தோழி. மார்கெரித் யூர்ஸ்னார் தன்னுடைய முதல் கவிதைத் தொகுப்பை மகாகவி தாகூருக்கு அனுப்பி வைத்திருக்கிறார். அக்கவிதைகளை படித்துப் பாராட்டிய தாகூர் 1921இல் சாந்தி நிகேதனில் வந்து தங்கியிருக்கும்படி அழைப்பு விடுத்திருக்கிறார். அப்போது மார்கெரித் யூர்ஸ்னாரின் வயது 18. தனியே நீண்ட பயணம் செய்ய இயலாது என நினைத்த அவர்

இந்தியாவிற்கு வரவில்லை. ஒருவேளை வந்திருந்தால் என் வாழ்க்கையும் சிந்தனைகளும் மாறியிருக்கக்கூடும் என்று நினைவு கூர்கிறார் மார்கெரித் யூர்ஸ்னார்.

கீழைநாட்டுக் கதைகளின் தொகுப்பு 1938இல் வெளியானது. வாழ்க்கையின் உண்மையான ஆழத்தைக் கீழைத்தேய நாடுகளே கற்றுத் தருவதாகக் கூறுகிறார் மார்கெரித்.

இந்தத் தொகுப்பில் இளவரசர் ஜெங்கியின் கடைசிக் காதல் என்றொரு சிறுகதையுள்ளது. அபாரமான சிறுகதை. இக்கதை ஜப்பானிய நாவலாசிரியர் முராசகி ஷிகிபுவின் கெஞ்சிக்கதை நாவலினை அடிப்படையாகக் கொண்டது. ஜப்பானின் முதல் நாவலாகக் கொண்டாடப்படும் கெஞ்சிக்கதையில் வரும் இளவரசன் ஜெங்கி மனைவியை இழந்து உலகப்பற்றை விடுத்து பனிமலையின் அடிவாரத்தில் ஒதுங்கி வாழ்வதாக நாவலில் குறிப்பிடப்படுகிறது. அந்த நிகழ்வையே மார்கெரித் தனது கதையின் ஆதாரமாகக் கொண்டிருக்கிறார்.

ஒளிரும் ஜெங்கி எனப்படும் இளவரசன் காதல் நாயகனாகக் கொண்டாடப்படுகிறான். அவனுக்கு நிறைய ஆசை நாயகிகள். கதை துவங்கும்போது அவனது இரண்டாவது மனைவியின் இறப்பிற்குப் பிறகு ஜெங்கி தனிமையில் வாழ்கிறான். முதுமை கனத்த சுமையாக இருக்கிறது.

ஒளிரும் ஜெங்கிக்கும் வயதாகிவிட்டது. பார்வைக் குறைவு ஏற்பட்டுவிட்டது என்று உலகோர் அறிந்தால் தன்னைப் பற்றிய பிம்பம் பறிபோய்விடுமே என்று பயந்து யாருக்கும் தெரியாமல் வாழ்கிறான் ஜெங்கி.

பனிமலை ஒன்றின் அடிவாரத்தில் சிறிய மரக்குடில் ஒன்றில் தனியே வாழும் அவருடன் முன்னாள் ஆசை நாயகிகளில் சிலர் வந்து தங்கி நினைவுகள் நிறைந்த அவரது தனிமையைப் பகிர்ந்து கொள்வதாகக் கூறினார்கள். ஆனால் அதை ஜெங்கி விரும்பவில்லை.

அவரது ஆசைநாயகிகளில் ஒருத்தியாக இருந்த பூக்கள் உதிரும் கிராமத்தைச் சேர்ந்த இளம்பெண் ஒருத்தி முதுமையில் ஜெங்கியோடு உடனிருந்து கவனித்துக் கொள்வதற்காக அவரைச் சந்திக்க விரும்பினாள். ஜெங்கியோ அதை விரும்பவில்லை.

ஒரு நாள் அந்தப் பெண் வயலில் வேலை செய்யும் பணிப்பெண் போலத் தன்னை உருமாற்றிக் கொண்டு மண்பானைகள் நிரம்பிய கூடை ஒன்றைச் சுமந்தபடியே ஜெங்கியைத் தேடி வந்தாள். ஜெங்கிக்கு அவள் யார் எனக் கண்டறிய முடியவில்லை. பாதையோரம் அழுது கொண்டிருக்கும் அவளை ஆறுதல்படுத்தித் தன்னோடு அழைத்துக் கொண்டு போனார். குளிருக்காக இருவரும் நெருப்பின் முன்னால் அமர்ந்து கொண்டார்கள். அவர்கள் பேசத் துவங்கியபோது உண்மையைச் சொல்லிவிடுகிறாள் அந்தப் பெண். ஜெங்கி அவளைத் துரத்திவிடுகிறார்.

சில நாட்களுக்குப் பிறகு மீண்டும் வேறு உருவத்தில் அவரது குடிசையைத் தேடி வருகிறாள் அந்தக் கிராமத்துப் பெண். அவருக்கு விருப்பமான பாடல்களைப் பாடுகிறாள். அதனால் ஜெங்கி அவளை ஏற்றுக் கொள்கிறார். அவளிடம் பேசிக் கொண்டிருந்தபோது இளவரசன் ஜெங்கி பற்றி அவள் அறிந்திருக்கிறாளா என்று கேட்கிறார். அப்படி ஒரு பெயரைக் கூடத் தான் அறியவில்லை என்கிறாள். இவ்வளவு சீக்கிரத்தில் தான் மக்கள் நினைவிலிருந்து மறந்து போவோம் என்பது அவருக்கு அதிர்ச்சியளிக்கிறது.

அவர்கள் இனிதாக நாட்களைக் கழிக்கிறார்கள். கிராமத்துப் பெண் ஜெங்கியை மிகுந்த அக்கறையுடன் கவனித்துக் கொள்கிறாள்.

முடிவில் ஒரு நாள் இளவரசன் ஜெங்கி தன்னோடு பழகிய அழகிய பெண்களின் நினைவுகளிலிருந்து விடைபெற விரும்புகிறார். ஒவ்வொரு பெண்ணாக நினைத்துப் பார்த்து அவள் தந்த மகிழ்ச்சிக்காக மனதிற்குள் அவளுக்கு நன்றி சொல்கிறார். ஆனால் இப்போதும் கூடவே இருந்து அவரைக் கவனித்துக் கொள்ளும் அந்தக் கிராமத்துப் பெண்ணைப் பற்றி அவருக்கு ஒரு நினைவும் இல்லை. அவள் இதனால் அதிர்ச்சியடைந்து நினைவுபடுத்த முயல்கிறாள். அவருக்கு அப்படியொரு பெண்ணை நேசித்ததாக நினைவேயில்லை என்கிறார். அவள் வெடித்து அழுகிறாள்.

யார் நம்மை நிஜமாக நேசிக்கிறார்களோ அவர்களை நாம் நினைவு வைத்துக் கொள்வதேயில்லை என்பது கதையில் மிக அழகாக வெளிப்படுத்தப்படுகிறது.

ஏன் சிலரைப் பற்றிய நினைவுகள் மனதில் பதியவேயில்லை. சிலரது நினைவுகளோ நாம் விரும்பாத போதும் மனதில் கொந்தளித்துக் கொண்டேயிருக்கின்றன. நினைவை ஒரு மனிதன் நிர்வகிக்க முடியுமா என்ன. சந்தோஷமான விஷயங்கள் மனதில் நிற்பதில்லை. வேதனையான, துயரமான நினைவுகளே மனதின் ஆழத்தில் வேரூன்றியிருக்கின்றன. மனிதர்கள் நினைவுகளாலே வழிநடத்தப்படுகிறார்கள். நினைவு முழுமையானதில்லை. கற்பனை அதை முழுஉருவம் கொண்டது போல சித்திரிக்கிறது. நீரூற்று தனக்குள்ளே பொங்கி வழிந்து கொண்டிருப்பது போன்றதே நினைவுகளும்.

புதுமைப்பித்தனின் செல்லம்மாள் கதையில் வரும் பிரம்மநாயகம் பிள்ளை தன்னுடைய கடந்த கால நினைவில்தான் வாழ்ந்து கொண்டிருக்கிறார். நினைவே அவருக்கும் அவரது மனைவிக்கும் ஆறுதல் தருகிறது.

காதல் இளவரசனாகக் கருதப்படும் ஜெங்கி அந்த பிம்பத்தோடு வாழவே விரும்புகிறார். காலம் அவரது தலைமயிரை நரைக்க வைப்பதையோ, கண்பார்வை குறைவதையோ உலகம் அறியாமல் இருக்கட்டும் என்கிறார். மன்னர்களின் முதுமை மிகத்துயரமானது. அதுவும் அதிகாரப் போட்டியில் தான் கொல்லப்படக்கூடும் என்ற பயம் அவர்களை வதைக்கக்கூடியது. ஜெங்கி அதைவிடவும் தன் கடந்த கால சந்தோஷங்கள் இனி கிடைக்கப்போவதில்லை என்பதில்தான் துயரமடைகிறான். இளமையின் உடல் திரும்பக் கிடைத்துவிடுமா என்ன. யயாதி ஆசைப்படுவதும் இதற்குத்தானே.

ஏன் ஜெங்கி தன்னை நேசித்த பெண்களின் நினைவு களிடமிருந்து விடைபெற முயற்சிக்கிறார். நினைவுகள் உள்ள வரை ஆசை இருந்துகொண்டே தானிருக்கும். நினைவுகள் விலகிப்போவதே உண்மையான துறவு. ஆகவேதான் வாழ்வின் கடைசி படிக்கட்டில் நிற்கும் ஜெங்கி தன் காதல் நினைவுகளுக்குப் பிரியா விடை கொடுக்கிறார். அதுவே இக்கதையின் மகத்துவம்.

மார்கெரித் யூர்ஸ்னார் இக்கதையை ஜப்பானிய எழுத்துமுறை போலவே நுண்மையான சித்திரிப்புகள், உணர்ச்சி வெளிப்பாட்டுடன் எழுதியிருக்கிறார்.

இந்தியா, சீனா, ஜப்பான் போன்ற நாடுகள் அதன் புராணங்கள், தொன்மங்கள், நாட்டார் கதைகளை நவீன படைப்புகளாக மீள் உருவாக்கம் செய்வதில் அதிக ஆர்வம் காட்டுவதில்லை. உண்மையில் அவர்களிடமிருப்பது மாபெரும் கதைக்களஞ்சியம். அதுவே ஒரு எழுத்தாளனுக்குத் தேவையான ஆதார வளம் என்கிறார் மார்கெரித் யூர்ஸ்னார்.

*****

2. கவிஞனின் நாட்குறிப்பு

A.K.Ramanujan - Journeys - A Poet's Diary என்ற புத்தகத்தை வாசித்தேன். இந்நூலைப் படிக்க வேண்டும் என்று விரும்பியதற்கு முதற்காரணம் ஏ.கே ராமானுஜன் சில காலம் மதுரையிலுள்ள தியாகராசர் கலைக்கல்லூரியில் ஆங்கிலப் பேராசிரியராக வேலை செய்திருக்கிறார் என்பதே.

1951இல் அவர் மதுரைக்கு வேலைக்கு வந்திருக்கிறார். 50களின் மதுரையைப் பற்றியும் தனது பணிக்கால அனுபவங்களையும் எழுதியிருக்கிறார் என்ற குறிப்பை ஆங்கில நாளிதழில் வாசித்தேன். அதுவே இந்நூலை வாசிக்கத் தூண்டியது.

ஏ.கே ராமானுஜன் சிறந்த கவிஞர்.கட்டுரையாளர். நாட்டுப்புறவியல் ஆய்வாளர்.மொழிபெயர்ப்பாளர். ஆங்கிலத்திலும் கன்னடத்திலும் கவிதைகள், கதைகள் எழுதியிருக்கிறார். The Interior Landscape: Classical Tamil Love Poems, Poems of Love and War: From the Eight Anthologies எனச் சங்க கவிதைகளை மிகச்சிறப்பாக ஆங்கிலத்தில் மொழியாக்கம் செய்து வெளியிட்டுள்ளார்.

சிகாகோ பல்கலைக்கழகத்தில் ராமானுஜன் பணியாற்றிய காலத்தில் இவரது முயற்சியின் காரணமாகவே சென்னையில் ரோஜா முத்தையா நூலகம் உருவாக்கப்பட்டது.

Collected Essays of A. K. Ramanujan என்ற இவரது கட்டுரை தொகுப்பு மிக முக்கியமானது.

ஆங்கிலப் பேராசிரியரான ராமானுஜன் தமிழ் இலக்கியத்தின்மீதும் தமிழக நாட்டுப்புறக் கதைகள் மீதும் மிகுந்த ஈடுபாடு கொண்டிருந்தார். இவர் தொகுத்த A Flowering Tree and Other Oral Tales from India என்ற இந்தியக் கதைகளின் தொகுப்பு வியப்பான நாட்டார் கதைகளைக் கொண்டிருக்கிறது.

ஆங்கில இலக்கியம் படித்துவிட்டு கேரளாவிற்கு வேலைக்குப் போய்க் கொண்டிருந்த சூழலில் மதுரையில் ஒரு வேலை காலியாக உள்ளது என்ற விளம்பரத்தைப்

பார்த்துவிட்டு ராமானுஜன் விண்ணப்பித்திருக்கிறார். மூன்று பேர் நேர்காணலுக்கு அழைக்கப்பட்டிருக்கிறார்கள். அதில் ராமானுஜன் தேர்வு செய்யப்பட்டிருக்கிறார். தெப்பக் குளத்தின் அருகில் இருந்த கல்லூரி வளாகத்தையும் அதன் சிறப்பான நூலகத்தையும், அழகான மரமேஜைகளையும் பற்றி தனது நாட்குறிப்பில் ராமானுஜன் எழுதியிருக்கிறார்

ஏ.கே.ராமானுஜத்திற்கு மதுரையில் உறவினர்கள் இருந்தார்கள். ஆகவே அவர்கள் வீட்டில் தங்கிக் கொண்டு கல்லூரியில் பணியாற்றியிருக்கிறார். மதுரையின் வைகை ஆறு குறித்த அவரது ஆங்கிலக் கவிதை பிரபலமானது.

மதுரையின் ருசியான உணவு வகைகளைப் பற்றியும். மீனாட்சியம்மன் கோவிலின் சிற்பங்கள் மற்றும் ஆயிரம்கால் மண்படம் குறித்தும் வியந்து எழுதியிருக்கிறார். குமாரி கமலாவின் நடனம் பார்த்ததையும் Destination Moon என்ற ஆங்கிலப் படம் பார்த்த நினைவினையும் நாட்குறிப்பில் பதிவு செய்திருக்கிறார்.

மதுரை ரயில் நிலையத்தின் பெருங்கூட்டத்தையும், காந்திகிராமத்தின் அழகான சூழலையும். அமெரிக்கன் கல்லூரியில் நடைபெற்ற ஆங்கில உரையினையும் குறித்தும் எழுதியிருக்கிறார்.

ராமானுஜன் சுட்டிக்காட்டும் மதுரைக்காட்சிகள் அவரது கவிதைகளைப் போலவே காட்சிப்படிமங்களாக உள்ளன.

மைசூரில் வசித்த தமிழ்க்குடும்பத்தில் பிறந்தவர் ராமானுஜன். அப்பா கணிதப் பேராசிரியர். வைதீகமான குடும்பமது. 1959 ஆம் ஆண்டில், ராமானுஜன் Fulbright fellowship பெற்று அமெரிக்கா சென்று,இண்டியானா பல்கலைக்கழகத்தில் சேர்ந்தார், அங்கே மொழியியலில் ஆய்வு செய்து டாக்டர் பட்டம் பெற்றார். 1962 இல் சிகாகோ பல்கலைக்கழகத்தில் உதவிப் பேராசிரியராகப் பணிக்குச் சேர்ந்து பின்பு 1968 இல் பேராசிரியராக நியமிக்கப்பட்டார்.

ஹார்வர்ட் பல்கலைக்கழகம், விஸ்கான்சின் பல்கலைக் கழகம், மாடிசன் மற்றும் மிச்சிகன் பல்கலைக்கழகத்தில் ராமானுஜன் வருகைதரு பேராசிரியராகப் பணியாற்றி உள்ளார்.

தமிழின் சங்க இலக்கியங்களை மட்டுமின்றிக் கன்னட இலக்கியங்களையும் இவர் ஆங்கிலத்தில் மொழியாக்கம் செய்திருக்கிறார். குறிப்பாக, இவர் யு. ஆர். அனந்தமூர்த்தியின் சம்ஸ்காராவை ஆங்கிலத்தில் மொழிபெயர்ப்பு செய்தது மிகுந்த பாராட்டினைப் பெற்றது.

AK Ramanujan - Journeys/A Poet's Diary நூலை ராமானுஜன் குறித்துத் தொடர் ஆய்வுகள் செய்துவரும் ரோட்ரிக்ஸ் தொகுத்திருக்கிறார். இப் பணியில் துணையிருந்தவர் ராமானுஜத்தின் மகன் கிருஷ்ணா ராமானுஜன்.. ராமானுஜத்தின் மறைவிற்குப் பிறகு அவரது நாட்குறிப்புகள். மொழிபெயர்ப்புகள், எழுதி வெளியிடப்படாத பிரதிகள் யாவும் சிகாகோ பல்கலைக்கழகத்தால் முறையாகப் பாதுகாக்கப்பட்டு வருகின்றன. அதிலிருந்த நாட்குறிப்புகள், கடிதங்கள், ஆவணங்களைக் கொண்டே இந்த நூலை ரோட்ரிக்ஸ் தொகுத்திருக்கிறார்.

இப்புத்தகத்தில் எனக்குப் பிடித்தமான பகுதி ராமானுஜத்தின் கப்பற்பயணம்.

1959ஆம் ஆண்டு அமெரிக்காவில் ஆய்வு மேற்கொள்வதற்காக ராமானுஜன் மும்பையிலிருந்து நியூயார்க் வரை கப்பலில் பயணம் செய்திருக்கிறார். அந்தப் பயண அனுபவம் குறித்தும் பயணவழியில் பாரீஸில் அவர் கண்ட ம்யூசியம் மற்றும் கலைகள் குறித்தும் சிறப்பாக எழுதியிருக்கிறார்.

ஒரு அத்தியாயத்தில் போதை மருந்தை உடலில் செலுத்திக் கொண்டு அது தரும் அனுபவத்தைக் கவிதையாக எழுத வேண்டும் என ராமானுஜன் முயன்றதை விரிவாக எழுதியிருக்கிறார். புலன்களை போதை எப்படிச் சீர்குலைக்கிறது, மாயத்தோற்றங்களை எவ்வாறு உருவாக்குகிறது, உடலும் மனதும் எப்படிப் பித்தேறிய நிலையை அடைகிறது என்பதை மிகத்துல்லியமாக ராமானுஜன் விவரிக்கிறார்.

ராமானுஜத்தின் குடும்ப வாழ்க்கை, மனைவியோடு ஏற்பட்ட சண்டை, பிரிவு, நோயுற்ற வாழ்க்கை, மறுபடியும் மனைவியோடு ஒன்றாவது என அவரது அகவுலகினையும் இக் குறிப்புகளின் வழியே நாம் அறிந்துகொள்ள முடிகிறது.

வேலை தேடிய நாட்களில் அவருக்கு இருந்த மனக் குழப்பத்தையும் எதிர்காலம் பற்றிய பயத்தையும் வாசிக்கும் போது எல்லாக் காலத்திலும் இளைஞர்களின் மனநிலை ஒன்றுபோலவே இருப்பதை உணரமுடிகிறது.

மத்தியதர வர்க்கத்தை சேர்ந்தவர் என்பதால் பொருளாதார வாழ்க்கை குறித்த கவலைகள் அதிகம் அவருக்குள் இருந்திருக்கின்றன. மகிழ்ச்சியான குடும்பத்தை தன்னால் உருவாக்க முடியாது என்ற தாழ்வுணர்ச்சி கொண்டவராக இருந்திருக்கிறார். நல்ல சம்பளம், வேலை, வீடு என சகல வசதிகளும் கிடைத்தபோதும் இந்த வாழ்க்கை தனக்கானதில்லை. இவை வாழ்க்கையின் வெளிப்பூச்சுக்கள் என ராமானுஜன் கருதியிருக்கிறார். வெளிப்படுத்த முடியாத கவலைகள், குழப்பங்கள், துயரம் கொண்டதாகவே அவரது வாழ்க்கை இருந்திருக்கிறது என்பதை இக்குறிப்புகள் அடையாளப்படுத்துகின்றன.

தனது நாட்குறிப்புகளை ஏன் எழுதினேன் என்பதற்கு ராமானுஜன் சொல்லும் காரணம், நான் என்ன நினைக்கிறேன், என்ன உணர்கிறேன், எவ்வாறு நடந்து கொள்கிறேன் என்று சுயமதிப்பீடு கொள்வதற்காகவே இந்த நாட்குறிப்புகளை எழுதுகிறேன். இவை ரகசியங்கள் என்றாலும் மறைத்து ஒளிக்க வேண்டிய விஷயங்களில்லை.

ஒரு கவிஞனின் ஆளுமை எவ்வாறு உருவாகிறது என்பதை அறிந்துகொள்ள இக்குறிப்புகள் பயன்படுகின்றன என்பதே இந்த நூலின் சிறப்பு.

*****

3.கோர்தஸாரின் தெற்கு நெடுஞ்சாலை

கதை எழுதுவதற்கான கருப்பொருள் என்பது அரிதான, அபூர்வமான அல்லது விசித்திரமான நிகழ்வாகவோ, விஷயமாகவே, இருக்க வேண்டும் என்று இளம் எழுத்தாளர்கள் பலரும் நினைக்கிறார்கள். எந்த ஒரு நிகழ்வையும் அழுத்தமான கலைப்படைப்பாக உருவாக்கி விட முடியும். அது எழுத்தாளனின் படைப்பாற்றல் சார்ந்த விஷயம்.

லத்தீன் அமெரிக்கச் சிறுகதையாசிரியர்களில் ஹுலியோ கோர்தஸார் வித்தியாசமான எழுத்தாளர். அவரது சிறுகதைகள் புனைவின் புதிய எல்லைகளைத் தொடுகின்றன.

அடர்த்தியான மொழியும் சிதறடிக்கப்பட்ட கதை சொல்லல் முறையிலும் தொன்மத்தை மீள்வுருவாக்கம் செய்வதிலும், கனவுத்தன்மை கொண்ட நிகழ்வுகளைச் சித்திரிப்பதிலும் கோர்த்ஸார் சிறந்தவர்.

இவரது The Southern Highway என்ற சிறுகதை ,தெற்கு பிரான்சிலிருந்து பாரீஸிற்கு வரும் நெடுஞ்சாலையில் ஒரு ஞாயிறு மதியம் ஏற்பட்ட போக்குவரத்து நெருக்கடியை விவரிக்கிறது.

பாரீஸிற்குள் நுழைவதற்கான முக்கிய சாலையது. எப்போதும் வாகன நெருக்கடி அதிகமுண்டு. கதை துவங்கும்போது அந்தச் சாலையில் கடுமையான போக்குவரத்து நெருக்கடி உருவாகியுள்ளது. முன்பின்னாக உள்ள கார்களின் ஓட்டுனர்கள் எரிச்சல் அடைகிறார்கள். கதையை விவரிக்கும் இன்ஜினீயர் Peugeot 404 காரில் இருக்கிறான்.

எதற்காக இந்தப் போக்குவரத்து நெருக்கடி என்று தெரியாமல் ஆளுக்கு ஆள் சலித்துக் கொள்கிறார்கள். ஒருவருக்கொருவர் அறிமுகமற்றபோதும் போக்குவரத்து நெருக்கடி அவர்களை ஒன்றிணைக்கிறது. அவர்களின் பொதுவிஷயமாகச் சாலைப் போக்குவரத்து, அரசின்

பொறுப்புணர்வு, சட்டம் ஒழுங்கு ஆகியவை அமைகின்றன. எவ்வளவு நேரம் காத்துக்கிடப்பது என்று தெரியாமல் வயதானவர்கள் குழப்பமடைகிறார்கள். குழந்தைகளுக்கோ இந்தப் போக்குவரத்து நெருக்கடி வேடிக்கையான விளையாட்டாகிறது. உடல்நலமற்றுப் போன ஒருவருக்கு யாரோ உதவி செய்கிறார்கள். குடிநீரும் உணவும் பகிர்ந்து கொள்ளப்படுகின்றன. எங்கோ பெரிய விபத்து நடந்துள்ளதாகப் பேசிக் கொள்கிறார்கள். காரை விட்டு இறங்கிய ஆண்கள் பக்கத்திலுள்ள பண்ணையைத் தேடி உதவி கேட்டுப் போகிறார்கள். சொற்ப உதவியே கிடைக்கிறது. இதற்குள் இரவாகிவிடுகிறது. அந்தச் சாலையில்தான் இரவைக் கழிக்க வேண்டுமா எனச் சிலர் சலித்துக் கொள்கிறார்கள்.

குழந்தைகள், பெண்கள் எங்கே உறங்குவது எனத் திட்டமிடப்படுகிறது. உறக்கம் வராதவர்கள் ஒன்று கூடுகிறார்கள். சிறிய விமானம் தடுமாறி மோதியதால் ஏற்பட்ட விபத்து என்றும் அதில் நிறையப் பேருக்குக் காயம் என்றும் பேசிக் கொள்கிறார்கள். எப்போது போக்குவரத்து சரிசெய்யப்படும் என்று தெரியவில்லை. நெருக்கடி அவர்களை ஒன்று சேர்க்கிறது.

ஒரு குடும்பம் போலப் பழக வைக்கிறது. முடிவில் போக்குவரத்து சரிசெய்யப்படுகிறது. அவரவர் கார்களுக்குத் திரும்புகிறார்கள். அவசரம் தொற்றிக் கொள்கிறது. ஒருவரையொருவர் முந்திக் கொண்டு பாரீஸ் நகரினுள் பிரவேசிக்கிறார்கள்.

இதே அனுபவத்தைப் பலமுறை நானும் அடைந் திருக்கிறேன். வண்டலூரைத் தாண்டி மதுரை போவதற்காகத் தீபாவளிக்கு முந்திய இரவு நான்கு மணி நேரம் வாகனத்தில் காத்துக் கிடந்திருக்கிறேன். அது போலவே ஒருமுறை சாலை விபத்தின் காரணமாகத் திருச்சி நெடுஞ்சாலையில் இரவு இரண்டு மணியிலிருந்து காலை ஆறரை வரை காத்துக்கிடந்தோம்.

நெருக்கடி மனிதர்களை ஒன்று சேர்க்கிறது. இருப்பதைப் பகிர்ந்து கொள்ள வைக்கிறது. அந்தச் சூழலிலும் பிறருடன் பேசாத, எதிலும் கலந்துகொள்ளாத ஆட்கள் இருக்கவே செய்கிறார்கள்.

கோர்தஸார் போக்குவரத்து நெருக்கடியை முன்வைத்து நகரவாழ்க்கையின் நெருக்கடிகளை, மனித உறவுகளைப் பேசுகிறார். இக்கதை எந்த நாட்டில் நடக்கும் போக்குவரத்து நெருக்கடிக்கும் பொருந்தக்கூடியது.

இது போன்ற சம்பவத்தைப் பலரும் அனுபவித்திருந்த போதும் அதை ஒரு கலைப்படைப்பாக உருவாக்க முனையவில்லை. கோர்தஸார் பலரும் எரிச்சல் கொள்ளும் போக்குவரத்து நிகழ்வை மாபெரும் மானுட நாடகமாக உருவாக்கிக் காட்டுகிறார்.

வேறுவேறு வகைக் கார்கள். அதில் பயணிக்கும் ஆண் -பெண்கள். அவர்களின் வாழ்க்கைத் தரம், விருப்பு வெறுப்புகள் அத்தனையும் கதையில் வெளிப்படுகின்றன.

இரண்டு இடங்களை இணைப்பதற்காகவே சாலை உருவாக்கப்படுகிறது. சாலையின் அடையாளமே இணைப்பு தான். ஆனால் இன்றுள்ள நெடுஞ்சாலைகள் மனித உறவுகளைத் துண்டிக்கக்கூடியவை. எல்லோருக்கும் அவசரம். எல்லோரும் முந்திக் கொண்டு போகவே முயல்கிறார்கள். போக்குவரத்து விதிகளை ஒருவரும் பொருட்படுத்துவதில்லை.

இக்கதையில் நெருக்கடியின்போது ஒரு குழுவாக இணைந்து ஆட்கள் உதவி செய்ய ஆரம்பிக்கிறார்கள். தங்களால் முடிந்த விஷயங்களைச் சேகரித்துப் பகிர்ந்து கொள்கிறார்கள். இன்றுள்ள இளைஞர்களிடம் இந்த மனப்போக்கு அதிகமிருப்பதைக் காணுகிறேன்.

சாலைப்போக்குவரத்து ஏற்படுத்திய தற்காலிக உறவானது போக்குவரத்து சரியானதும் மறைந்து போய்விடுகிறது. நெருக்கடி இல்லாதபோது ஏன் இப்படியான உறவுகள், பரஸ்பர உதவிகள் சாத்தியமற்றுப் போய்விட்டன என்ற கேள்வி கதை படிக்கையில் ஏற்படுகிறது.

1967ல் இக்கதையைக் கோர்தஸார் எழுதியிருக்கிறார். அன்றிலிருந்த போக்குவரத்து நெருக்கடி போல நூறு மடங்கு இன்று அதிகமாகிவிட்டிருக்கிறது. குறிப்பாக, பண்டிகை நாட்களில் சாலையில் பயணித்துப் பாருங்கள். நரக வேதனையை நீங்கள் சந்திக்க நேரிடும்.

ஒவ்வொரு முறை சாலை நெருக்கடியைப் பற்றிக் கேள்விப்படும்போதும் சந்திக்கும்போதும் மனதில் இக்கதை மேலோங்குகிறது. கோர்தஸாரின் சில கதைகள் தமிழில் மொழியாக்கம் செய்யப்பட்டுள்ளன. ஆனால் தனித்த தொகுதியாக இதுவரை வெளியாகவில்லை.

*****

4. மார்க்வெஸின் அறியப்படாத வாழ்க்கை

நோபல் பரிசுபெற்ற எழுத்தாளரான கேப்ரியல் கார்சியா மார்க்வெஸின் வாழ்க்கை வரலாறு நான்கு வேறுபட்ட எழுத்தாளர்களால் எழுதப்பட்டிருக்கிறது, SUSAN MUADD DARRAJ, PELAYO RUBEN, GERALD MARTIN, ILAN STAVANS ஆகிய நால்வரில் ஜெரால்ட் மார்ட்டின் எழுதிய வாழ்க்கை வரலாறே அதிகாரப்பூர்வமானது. 642 பக்கங்கள் கொண்ட விரிவான புத்தகம்.

மார்க்வெஸ் தனது வாழ்க்கை வரலாற்றின் ஒரு பகுதியை Living to Tell the Tale என்று வெளியிட்டிருக்கிறார். அந்த நூல் முழுமையானதில்லை. அதன் இரண்டாவது பகுதி வெளியாகும் என்று எதிர்பார்த்துக் கொண்டிருந்தார்கள். ஆனால் மார்க்வெஸ் இறுதி நாட்கள் வரை அது வெளியாகவில்லை. Living to Tell the Tale நூலின் அட்டைப்படத்தில் மார்க்வெஸின் குழந்தைப்பருவப் புகைப்படம் ஒன்று இடம்பெற்றிருக்கும். அது எப்போது எடுத்த படம், எங்கே எடுத்தார்கள் என்ற விபரங்களைத் தேடியே ஜெரால்ட் மார்ட்டின் நூலை வாங்கினேன்.

மார்க்வெஸ் என் விருப்பத்திற்குரிய எழுத்தாளர். அவரது எல்லா நூல்களையும் வைத்திருக்கிறேன். இதில் தனிமையின் நூறு ஆண்டுகள் நாவலின் ஸ்பானிய பதிப்பும் வைத்திருக்கிறேன். ஸ்பானிஷ் படிக்கத் தெரியாதபோதும் என் விருப்பத்திற்குரிய படைப்பாளியின் மூலவடிவம் என்பதற்காக வைத்திருக்கிறேன்.

ஜெரால்ட் மார்ட்டின் மார்க்வெஸின் வாழ்க்கை வரலாற்றை எழுதுவதற்காகப் பதினேழு ஆண்டுகள் செலவிட்டிருக்கிறார். மார்க்வெஸ் குடும்பத்தினர் மற்றும் அவரது சொந்த ஊர், நண்பர்கள், சக படைப்பாளிகள், மார்க்வெஸ் பயணித்த இடங்கள், பணியாற்றிய அலுவலகங்கள். உடன் வேலை செய்தவர்கள் என்று தேடித்தேடி ஆய்வு செய்திருக்கிறார். "ஏழாயிரம் அடிக்குறிப்புகள் உள்ளதாக நூலை எழுதினேன். திருத்தம்

செய்து திருத்தம் செய்து இறுதி வடிவம் உருவாக்கப்பட்டது" என்கிறார் ஜெரால்ட் மார்ட்டின்.

எழுத்தாளர்களின் வாழ்க்கை வரலாற்றைப் பொறுத்தவரை தஸ்தாயெவ்ஸ்கியைப் பற்றி ஜோசப் ஃபிராங்க் எழுதியதுதான் மிகச்சிறப்பான புத்தகம். அதை விஞ்ச இதுவரை ஒரு புத்தகம் எழுதப்படவில்லை. ஆனால் சிறந்த வாழ்க்கை வரலாற்று நூல்கள் வரிசையில் இடம்பெறத் தகுதியுள்ளதாக ஜெரால்ட் மார்ட்டின் தனது நூலை எழுதியிருக்கிறார். இந்த வாழ்க்கை வரலாற்றின் சிறப்பு மார்க்வெஸ் போன்ற மொழிநடையிலே எழுதப்பட்டிருக்கிறது.

காலத்தின் முன்பின்னாகச் சென்று எப்படி மார்க்வெஸ் கதைகள் எழுதுவாரோ அது போலவே அவரது வாழ்க்கை வரலாற்று நிகழ்வுகளும் இடம்பெறுகின்றன. கூடுதலாக அவரது புனைவுலகிற்கும் வாழ்க்கைக்குமான தொடர்புகள் அழகாகச் சுட்டிக்காட்டப்படுகின்றன.

மார்க்வெஸின் புனைவுகளை வாசிக்கும்போது இத்தனை விசித்திரமாக எப்படி அவரால் எழுத முடிகிறது என்ற வியப்பே மேலோங்கும். ஆனால் அவரது வாழ்க்கை வரலாற்றை வாசித்தால் இந்த விசித்திரங்கள் யாவும் அவரது வாழ்வில் நடந்த நிஜமான சம்பவங்களிலிருந்தே உருமாற்றப்பட்டிருக்கிறது. யதார்த்தமான நிகழ்வுகளைத் தான் அவர் மாயமாக மாற்றியிருக்கிறார் என்பதை அறிந்து கொள்ள முடிகிறது.

தனிமையின் நூறு ஆண்டுகள் நாவலில் வரும் அர்காதியா குடும்ப வரலாறு மார்க்வெஸ் குடும்ப வரலாற்றின் மறு உருவாக்கமே. யுனைடெட் புரூட் கம்பெனி என்ற வாழைப்பழ நிறுவனமும் அவரது சொந்த ஊரில் இருந்த நிறுவனமே. தனது பால்ய காலத்தைத் தாத்தா வீட்டில் கழித்த மார்க்வெஸ் தாத்தாவின் ஆளுமையை வியந்து பேசுகிறார். அது போலவே தாத்தா வீடு அவரது மனதில் ஆழமான படிமமாகப் பதிந்து போயிருக்கிறது. அவரது முதல் நாவலே அந்த வீட்டைப்பற்றித்தான் எழுத விரும்பினார். அவரது தாத்தா ஓய்வுபெற்ற ராணுவ வீரர். தாத்தாவின் ரகசிய காதலிகளையும் அந்தக் காதலிகள் வழியாக அவருக்குப் பிறந்த கள்ளக்குழந்தைகளையும்

மார்க்வெஸ் பள்ளி நாட்களிலே அறிந்திருக்கிறார். அவைதான் பின்னாளில் அவரது புனைவெழுத்திலும் வெளிப்பட்டன.

மார்க்வெஸின் அப்பா அவரது அம்மாவைக் காதலித்துத் திருமணம் செய்துகொண்ட கதையைத் தனி நூலாக லீ ஆண்டர்சன் எழுதியிருக்கிறார். அதில் தந்தி அலுவலகத்தில் வேலை செய்த மார்க்வெஸின் அப்பா எப்படி அவரது அம்மாவை உருகி உருகி காதலித்தார் என்பது அழகாகப் பதிவு செய்யப்பட்டிருக்கிறது.

மார்க்வெஸிற்கு அவரது தந்தையின்மீது பெரிய ஈடுபாடு இல்லை. அவரே எழுதிய வாழ்க்கை வரலாற்றில் கூட அம்மாதான் முக்கியப் பங்கு வகிக்கிறார். தந்தி அலுவலகத்தை விட்டு விலகிய அவரது தந்தை ஹோமியோபதி மருத்துவராகப் பணியாற்றினார். அத்துடன் பார்மசி ஒன்றிலும் பணியாற்றியிருக்கிறார். மருத்துவராகப் பணியாற்றிய நாட்களில் நோயாளியாக வந்த இளம்பெண் ஒருத்தியோடு நெருக்கமாகப் பழகி வன்புணர்ச்சி செய்துவிட்டார் என்ற குற்றச்சாட்டிற்கு உள்ளாகியிருக்கிறார். அந்தப் பெண்ணின் விருப்பத்தோடு தான் உறவு கொண்டேன் என்று மார்க்வெஸின் தந்தை ஒத்துக் கொண்டு அந்தப் பெண்ணிற்கு உரிய நஷ்ட ஈடு தர ஒத்துக் கொண்டதால் விஷயம் அத்தோடு முடிந்து போனது.

தனது நேர்காணல் ஒன்றில் தாத்தாவைத் தவிர வேறு எவரது ஆளுமையும் தன்னைப் பாதிக்கவில்லை. தந்தை என்பது வெறும் பெயராக மட்டுமே மனதில் பதிந்து போயிருக்கிறது என்று குறிப்பிடுகிறார் மார்க்வெஸ்.

தாத்தா வீட்டிலிருந்த அத்தைகள், வீட்டுவேலைக்காரப் பெண்கள், உறவினர்கள், ஊருக்கு வந்த சர்க்கஸ். அதிலிருந்த கோமாளிகள், உள்ளூர் சினிமா தியேட்டர், ஊரில் நடந்த கொலைகள் இவையே தன்னைப் பாதித்த விஷயங்கள் என்கிறார்.

மார்க்வெஸின் முழுப்பெயர் கேப்ரியல் ஜோஸ் டி லா கான்கோர்டியா கார்சியா மார்க்வெஸ். இவரது மனைவி மெர்செடஸ். பள்ளி நாட்களிலிருந்து அவரை மார்க்வெஸிற்குத் தெரியும். நீண்ட காலக் காதலின்

பிறகு அவரைத் திருமணம் செய்து கொண்டிருக்கிறார். அந்தக் காதலை ஜெரால்ட் மார்ட்டின் விரிவாக விளக்கியிருக்கிறார்.

கொலம்பியாவின் அராக்கடகாதான் அவரது சொந்த ஊர். 1927 ஆம் அண்டு மார்ச் 6 ஆம் தேதி கேப்ரியல் எலிஜியோ கார்சியா மற்றும் லூயிசா சாண்டியாகா மார்க்வெஸ் ஆகியோருக்கு மகனாகப் பிறந்தார்.

தாத்தா கர்னல் நிகோலாஸ் ரிக்கார்டோ மார்க்வெஸ் தான் அவரது ஆதர்சம். வேலை காரணமாக அவரைத் தாத்தா வீட்டில் வளர விட்டுப் பெற்றோர் வடக்குக் கொலம்பியாவில் உள்ள நகராட்சியான பராகிராவில்லாவுக்கு இடம் பெயர்ந்தார்கள். தனது ஆறாவது வயதில்தான் அம்மாவை மறுபடி சந்தித்தார் மார்க்வெஸ். 1937 இல், அவரது தாத்தா இறந்ததையடுத்து மார்க்வெஸின் குடும்பம் பராகிராவில்லாவில் வசிக்கத் துவங்கியது.

மார்க்வெஸின் பள்ளி வாழ்க்கையும் போட்டிகளில் கலந்துகொண்டு அவர் பரிசுகள் பெற்றதும் பள்ளி இறுதி படிக்கையில் கவிதைகள் எழுதத் துவங்கியதும் தனது காதலி மெர்சிடிஸைப் பற்றி எழுதிய காதல்கவிதைகளை வேறு புனைபெயரில் வெளியிட்டதையும் மார்ட்டின் பதிவு செய்திருக்கிறார்.

சட்டம் படிக்கப்போன நாட்களும் அரசியல் ஈடுபாடும் லத்தீன் அமெரிக்காவின் சமூக அரசியல் மாற்றங்களும் நூலில் விரிவாக எடுத்துக் கூறப்பட்டுள்ளன.

மார்க்வெஸ் பள்ளி இறுதி படிக்கையில் தஸ்தாயெவ்ஸ்கியின் The Double நாவலைப் பரிசாகப் பெறுகிறார். அந்த நாவல் அவருக்குள் ஆழமான பாதிப்பை உருவாக்கியது. பின்னாளில் காப்காவின் சிறுகதை தொகுப்பான The Metamorphosis ஐ வாசித்தபோது தஸ்தாயெவ்ஸ்கியும் காப்காவும் ஒரு மனிதனின் இரட்டை நிலை பற்றிப் பேசுவதை உணர்ந்த மார்க்வெஸ் புனைவின் ஆதாரம் எதுவென்று அறிந்து கொண்டதாகக் குறிப்பிடுகிறார். காப்காவின் கதைகள் தனது பாட்டி சொல்லும் கதைகள் போல இருப்பதாக அவருக்குத் தோன்றியது. காரணம், அவரது பாட்டி விசித்திரமான கதைகள் சொல்லக்கூடியவர்.

ஆவிகள் மற்றும் விநோத உருவங்கள் பற்றிப் பாட்டி நிறையக் கதைகளைச் சொல்லியிருக்கிறார். அந்த நினைவும் புனைவும் காப்காவை வாசிக்கையில் உணர முடிந்ததாக மார்க்வெஸ் கூறுகிறார்.

மார்க்வெஸின் சிறுகதைகள் அவரது சொந்த வாழ்வின் நிகழ்வுகளில் இருந்தே உருவாகின. ஒட்டுமொத்த அவரது படைப்புலகினை எடுத்துக் கொண்டால் அதில் எழுபது சதவீதம் அவரது குடும்பத்திலும் ஊரிலும் நடந்த விஷயங்களில் இருந்தே புனைவை உருவாக்கியிருக்கிறார். வழக்கமாக எழுத்தாளர்கள் நடந்தவற்றை அப்படியே பதிவு செய்யும்போது மார்க்வெஸ் தனது கற்பனையின் வழியே நடந்த நிகழ்வுகளுக்குப் புதியதொரு பரிமாணமும் மாயமும் உருவாக்குகிறார். அதுவே அவரது தனிச்சிறப்பு.

தாத்தா வீடும் அங்கிருந்த கொய்யா மரங்களும் பூர்வகுடி இனத்தைச் சேர்ந்த பணியாளர்களும், வரி வசூல் செய்ய வந்தவர்களும், தேவாலயத்தில் நடந்த நிகழ்வுகளும் யுனைடெட் பழக் கம்பெனியில் நடந்த துப்பாக்கிச் சூடும் தன்னால் ஒருபோதும் மறக்கமுடியாதது. ஒருவகையில் அதுதான் தனது தனிமையின் நூறு ஆண்டுகள் நாவலாக உருவானது என்கிறார்.

மார்க்வெஸின் தாத்தாதான் No One Writes to the Colonel நாவலில் வரும் ஓய்வுபெற்ற கர்னல். தனது யுத்தசேவைக்கான பென்சன் வருகிறதா என்று காத்துக் கொண்டிருக்கும் கர்னல் அவரது தாத்தாவின் மறு உருவமே. ஒவ்வொரு வியாழன் அன்றும் தாத்தா கர்னல் நிகோலாஸ் ரிக்கார்டோ மார்க்வெஸ் தபால்நிலையத்திற்குப் போய்ப் பென்சன் வந்துள்ளதா என்று விசாரித்து வருவதை வழக்கமாக வைத்திருந்ததாகக் குறிப்பிடுகிறார். தாத்தாவிற்கும் சண்டை சேவல்கள்மீது ஈடுபாடு இருந்தது.

மார்க்வெஸ் புகழ்பெறத் துவங்கிய பிறகு பணம் கொட்டத்துவங்கியது. ஒரு எழுத்தாளராக அவர் அளவிற்குப் பணம் சம்பாதித்தவர்கள் குறைவு. தனது வாழ்நாளில் அவர் ஏழு வீடுகளை வாங்கியிருந்தார். ஒவ்வொன்றும் ஒரு நாட்டில். எல்லா வீட்டிலும் அவரது எழுதும் அறை ஒன்று போலவே உருவாக்கப்பட்டிருந்தது. ஒரு நேர்காணலுக்கு ஐம்பதாயிரம் டாலர் பணம் கேட்டார் மார்க்வெஸ்.

இன்னொருபுறம் அமெரிக்க அதிபர், பிரான்ஸ் அதிபர், கியூபாவின் அதிபர் என்று அவரது நண்பர்களின் பட்டியல் மிகவும் உயர்வானது. காஸ்ட்ரோவிற்காகப் பலமுறை தூதுவராகப் பணியாற்றியிருக்கிறார். 23 மொழிகளில் இவரது நூல்கள் மொழியாக்கம் செய்யப்பட்டிருக்கின்றன.

தனிமையின் நூறு ஆண்டுகள் நாவல் 45 மில்லியன் பிரதிகள் விற்பனையாகியுள்ளன. கள்ளப்பிரதிகளின் எண்ணிக்கை இதில் பாதி இருக்கக் கூடும். அது கணக்கில் சேர்க்கப்படவில்லை. தனது ராயல்டி மற்றும் திரைப்பட உரிமை, நாடக உரிமை, தொலைக்காட்சி உரிமை போன்றவற்றிலிருந்து ஆண்டுக்கு முப்பது கோடிக்கும் அதிகமாக வருவாய் பெற்றார் என்பது குறிப்பிடத்தக்கது.

ஜெரால்ட் மார்ட்டின் எழுதிய வாழ்க்கை வரலாறு மார்க்வெஸைப் புரிந்துகொள்வதற்கும் அவரது எழுத்தின் பின்புலத்தைத் துல்லியமாக அறிந்து கொள்வதற்கும் பெரிதும் உதவி செய்கிறது. அத்துடன் கேப்ரியல் கார்சியா மார்க்வெஸ் என்ற ஆளுமை எப்படி உருவானார் என்பதையும் அழகான சித்திரமாகக் கண்முன்னே விரித்துக் காட்டுகிறது.

தமிழில் முக்கியமான படைப்பாளிகளுக்குக் கூட வாழ்க்கை வரலாறு கிடையாது. தி.ஜானகிராமனைப் பற்றி நூலின் பின்னட்டை குறிப்புகள் தவிர வேறு எதையும் நாம் அறிந்துகொள்ள முடியவில்லை. சம்பத்தின் பெயர் தான் நமக்கு அறிமுகம். சம்பத் என்ன செய்தார், என்ன படித்தார், யார் அவரது ஆதர்ச படைப்பாளிகள் என்று எதுவும் நமக்குத் தெரியாது.

மார்க்வெஸின் வாழ்க்கை வரலாற்றின் முக்கிய நிகழ்வுகள் ஒரு ஆவணப்படமாக உருவாக்கப்பட்டுள்ளது. **GABO: THE CREATION OF GABRIEL GARCIA MARQUEZ** என்ற அந்த ஆவணப்படத்தைப் பார்த்திருக்கிறேன். அந்த ஆவணப்படம் சமகால விஷயங்களை முதன்மைப்படுத்தி அங்கிருந்து கடந்தகாலத்திற்குள் செல்கிறது. அதைவிடவும் ஜெரால்ட் மார்ட்டின் நூல் நமக்கு அதிக நெருக்கத்தைத் தருகிறது என்பதே நிஜம்.

*****

5. நினைவின் மொழி

நோபல் பரிசுபெற்ற எழுத்தாளரான ஐசக் பாஷவிஸ் சிங்கர் (Isaac Bashevis Singer) கதை ஒன்றில் ஒரு வீட்டில் திருடு போய்விடுகிறது. இதை அறிந்தவுடன் அந்த வீட்டுக்காரப் பெண் இட்டிஷ் மொழியில் கத்துகிறாள். இட்டிஷ் அவளது தாய்மொழி. ஆனால் அதை அவர்கள் கைவிட்டு ஆங்கிலம் பேச ஆரம்பித்துப் பல காலமாகிறது. திருட்டு போனவுடன் தன்னை அறியாமல் அவள் தாய் மொழியில் புலம்புகிறாள்.

இது போன்ற சம்பவம் ஒன்று ஜே. கிருஷ்ணமூர்த்தி வாழ்க்கை வரலாற்று நூலிலும் இடம் பெற்றிருக்கிறது. அன்னிபெசன்ட் அம்மையாரால் தத்தெடுக்கப்பட்டு ஐரோப்பாவில் வளர்க்கப்பட்ட ஜே.கிருஷ்ணமூர்த்தி ஆங்கிலம் மட்டுமே பேசவும் எழுதவும் செய்து வந்தார்.

ஒரு முறை அவருக்குக் காய்ச்சல் முற்றியபோது அவரை அறியாமல் தெலுங்கு மொழியில் புலம்பியதாகவும் அந்தச் சொற்களின் அர்த்தம் யாருக்கும் புரியவில்லை என்றும் குறிப்பு வருகிறது.

தனது தாய்மொழியிலிருந்து ஜே.கிருஷ்ணமூர்த்தி கவனமாகத் தன்னைத் துண்டித்துக் கொண்டார். அவர் ஒருபோதும் தெலுங்கில் தத்துவ உரையாற்றவில்லை.

ஜே.கிருஷ்ணமூர்த்தியின் ஆங்கிலம் அத்தனை அழகானது. பேச்சிலும் எழுத்திலும் உதாரணங்கள் இன்றி நேரடியாகத் தன் கருத்துகளை முன் வைக்கக்கூடியவர். தெளிந்த சிந்தனை கொண்டவர். ஆனால் ஏன் அவர் தனது தாய் மொழியை, தனது பூர்வீக அடையாளங்களை மறைத்துக் கொண்டார்? தன்னை மறந்து புலம்பும்போது எப்படி அவருக்குள்ளிருந்து தெலுங்கு வெளிப்பட்டது?

தென்னாப்பிரிக்க எழுத்தாளரான கூட்ஸி தனது நேர்காணலில் ஆப்ரிக்கப் பழங்குடி மக்களின் ஒரு பிரிவில் இறந்த வீட்டில் யாரும் வேறு மொழிகள் பேசக்கூடாது. தாய்மொழியில் மட்டுமே பேச வேண்டும் என்ற கட்டுப்பாடு இருக்கிறது. இதற்குக் காரணம் இறந்தவர்களுக்குச்

செலுத்தப்படும் அஞ்சலி தாய்மொழியில் தான் இருக்க வேண்டும் என்பதே.

தாய்மொழி கற்பதிலிருந்து ஒரு தலைமுறை துண்டித்துக் கொண்டாலும் அவர்கள் மனதில் தாய்மொழியின் வேர்கள் இருந்துகொண்டே தானிருக்கும் போலும்.

கிரேக்கத்தில் வாழ்ந்த நிகான்ஸ்கி என்ற மருத்துவர் ஒருபோதும் பாலைவனத்திற்குப் போனதேயில்லை. ஆனால் பாலைவன மக்கள் பேசும் நிறையச் சொற்கள் தனக்குத் தெரிந்திருக்கின்றன. அது எப்படி என்று வியந்து அது குறித்து ஆராயத் துவங்கினார். அவரோ, அவரது தந்தையோ யாரும் பாலைவனத்திற்குப் போனதில்லை. ஆனால் அவர்களின் முப்பாட்டன் ஒருவர் வணிகம் செய்வதற்காகப் பாலைவனத்திற்குப் போய் வந்திருக்கிறார். அவரது நினைவுகள் தலைமுறையாகக் கடத்தப்பட்டிருக்க வேண்டும். இல்லாவிட்டால் தன்னால் பாலைவன மனிதர்கள் பேசும் சொற்களை அறிந்திருக்க முடியாது என்கிறார் நிகான்ஸ்கி.

மனிதர்கள் கைவிட்ட சொற்கள் யாவும் மணல்துகள்களாக உருமாறிவிடுகின்றன. அதனால்தான் மனிதர்களின் கைகால்களில் மணல் அப்பிக் கொள்கிறது என்கிறது அரபு நாட்டார் கதை.

சில ஆண்டுகளுக்கு முன்பாக நியூஸ் பேப்பரில் ஒரு செய்தி வெளியாகியிருந்தது. ராஜஸ்தானிலுள்ள கிராமம் ஒன்றில் ஐந்து வயது சிறுமி ஒருத்தி அழகாகப் போர்த்துக்கீசிய மொழி பேசுகிறாள். அவள் இன்னமும் பள்ளிக்கே போகவில்லை. எப்படி இந்த மொழியை அவள் கற்றுக் கொண்டாள். எவ்வாறு சரளமாகப் பேசுகிறாள் என்பது அவர்கள் யாருக்கும் புரியவில்லை.

இவளை ஆராய்ச்சி செய்த மருத்துவர்கள் சாவந்த் சிண்ட்ரோம் என்ற ஒருவகை அறிவாற்றல் கிடைத்திருக்கிறது. திடீரென ரேடியோவில் அறியாத மொழிப்பாடல் ஒலிபரப்பாகி விடுகிறதில்லையா. அது போன்றதே இச்சம்பவம்.

சாவந்த் சிண்ட்ரோம் (Savant syndrome) உள்ளவர்களால் ஒரே நேரத்தில் பலமொழிகளைப் படிக்கவும் பேசவும்

கணிதம், அறிவியல், பொதுஅறிவு, கணிப்பொறியியல் எனப் பல்துறை ஞானமும் கொண்டவர்களாக இருப்பார்கள். விசேசமான மனிதர்களாகக் கருதப்படும் அவர்களால் சுயமாக எதையும் உடனே கற்றுக் கொள்ள முடியும். ஒரே நேரத்தில் நூறு விஷயங்களைச் செய்யவும் முடியும். வயது ஒரு தடையில்லை என்கிறது சாவந்த் சிண்ட்ரோம் பற்றிய ஆய்வு.

இந்த வகை அறிவாற்றல் கொண்ட சிறுவர்களில் ஒருவன் இத்தாலியில் வசிக்கிறான். அவன் 32 மொழிகளில் எழுதுகிறான். அதில் தமிழும் ஒன்று. அவன் எப்படித் தமிழ் கற்றுக் கொண்டான் என்பது விந்தையே.

கல்லில் பொறிக்கப்பட்ட எழுத்தைப் போல நம் மனதில் தமிழ்ச் சொற்கள் ஆழமாகப் பதிந்திருக்கின்றன. அதை நாம் விரும்பினாலும் அகற்றிவிட முடியாதுதான்.

*****

6. மௌனத்தை மீட்டுகிறவன்

"Every silence contains music in a state of gestation." - Mia Couto

கேப்ரியல் கார்சியா மார்க்வெஸின் தனிமையின் நூறு ஆண்டுகள் நாவல் வெளியானபோது அதன் விசித்திர கதைசொல்லும் முறைக்காக மிகவும் கொண்டாடப்பட்டது. மேஜிக்கல் ரியலிசம் என்ற புதிய எழுத்துமுறையின் உன்னதமாக அந்நாவல் கருதப்பட்டது.

தற்போது அப்படி நாவல் உலகில் தனது மாய எழுத்துமுறையால் தனிப்பெரும் ஆளுமையாகக் கொண்டாடப்படுகிறவர் மொசாம்பிக்கைச் சேர்ந்த மியா கௌட்டோ (Mia Couto).

இவர் ஒரு கவிஞர், சிறுகதையாசிரியர், சமூகப்போராளி. இவரது மூன்று நாவல்களையும் ஒரு சிறுகதைத் தொகுப்பையும் வாசித்திருக்கிறேன். மூன்றும் நிகரற்ற புனைவுகள். மார்க்வெஸைப் படித்துத் தோய்ந்தது போல மியா கௌட்டோவின் நாவல்களை வாசித்து ஆழ்ந்து போயிருக்கிறேன்.

கடந்த சில ஆண்டுகளில் நான் வாசித்த சிறந்த நாவல் என்று இவரது The Tuner of Silences நாவலைச் சொல்வேன். இரண்டு முறை வாசித்தபோதும் மயக்கம் தீரவேயில்லை.

மார்க்வெஸ் போலவே மேஜிக்கல் ரியலிச எழுத்து முறையில் தான் இவரும் நாவல்களை எழுதுகிறார். ஆனால் அதில் கூடுதலாக ஆப்ரிக்காவின் தொன்மங்கள், நம்பிக்கைகள், வாழ்க்கை முறை, உள்நாட்டுப் போர் ஆகியவை இணைந்துள்ளன.

The Tuner of Silences நாவலை வாசித்து முடித்தவுடன் யுவான் ரூல்போவின் பெட்ரோ பராமோ (Pedro Paramo) நாவலைப் போலவே எழுதியிருக்கிறாரே என்று தோன்றியது.

பெட்ரோ பராமோ லத்தீன் அமெரிக்க நாவல்களில் ஒரு கிளாசிக். யுவான் ரூல்போ ஒரு கவிஞர் என்பதால் நாவலின் ஊடாகக் கவித்துவமான வரிகள் ஒளிர்கின்றன. எது நிஜம், கனவு, எது கற்பனை என்று பிரித்தறிய முடியாதபடி பெட்ரோ பராமோ நாவல் எழுதப்பட்டிருக்கும்.

பெட்ரோ பராமோ நாவலில் யுவான் பிரசியாடோ என்பவன் தனது தந்தையைத் தேடி கொமாலா எனும் அழிந்த ஊருக்குப் போகிறான். பேய்கள் மட்டும் வசிக்கும் இடமது. தன் அப்பாவான பெட்ரோ பராமோவைத் தேடி போன பிரசியாடோ அங்கே கடந்த காலத்தின் நினைவு அழியாமல் அப்படியே இருப்பதை அறிகிறான்.

கொமாலாவில் இறந்தவர்களின் குரல்கள் கேட்கத் துவங்குகின்றன. கடந்தகால நிகழ்வுகள் மீண்டும் நடப்பது போன்ற மயக்கம் உருவாகிறது. எது கடந்தகாலம், எது நிகழ்காலம் என்ற மனக்குழப்பம் ஏற்படுகிறது. நினைவில் வாழ்கிறவர்கள் உண்மையில் வாழ்கிறார்களா என்ற கேள்வி எழுகிறது. நினைவின் வழியாகக் கதைகள் விரிகின்றன. கடந்தகாலத்தில் என்னதான் நடந்தது என்பதை விரிவாக எடுத்துச் சொல்லாமலே இறந்தவர்களின் துயரக்கதையை, நினைவுகளை ரூல்போ விளக்கியிருப்பார்.

மியா கௌட்டோவின் நாவலிலும் உலகம் அழிந்து போய்விட்டது, நாம் மட்டுமே மிஞ்சியிருக்கிறோம் என தந்தை கூறுகிறார். கைவிடப்பட்ட ஒரு இடத்தில் ஐந்தே பேர் மட்டுமே வசிக்கிறார்கள். அந்த இடம் ஜெரூசலம் என்று அழைக்கப்படுகிறது. அவர்களுடன் ஒரு கழுதை வசிக்கிறது. தலைப்பில் வருவது போலவே மௌனம்தான் கதையின் மையம்.

நிசப்தம் பல்வேறு வகையானது. நிசப்தங்கள் என்றே அதைச் சொல்லவேண்டும். ஒன்றை அறிந்துகொண்டு நிசப்தமாக இருப்பதும் அறியாமல் நிசப்தமாக இருப்பதும் ஒன்றா என்ன. அதிலும் ஒடுக்குமுறையால் மௌனமாக இருப்பதும் அதிகாரத் திமிரில் மௌனமாக இருப்பதும் எப்படி ஒன்றாக முடியும். ஆணின் மௌனமும் பெண்ணின் மௌனமும் வேறு வேறில்லையா. இப்படி மௌனத்தின் பல்வேறு நிலைகளை அழகாக எடுத்துக்காட்டுகிறார் மியா கௌட்டோ.

மௌனம் என்பது ஒரு குறியீடு. இயற்கையின் மௌனமும் மனிதர்களின் மௌனமும் ஒன்றல்ல.

தென்கிழக்கு ஆப்ரிக்க நாடான மொஸாம்பிக்கின் பெய்ரியில் பிறந்த மியா கௌட்டோ இளம்வயதிலே கவிதைகள் எழுதத் துவங்கினார். இவரது முதற்கவிதை

தொகுப்பு 1983இல் வெளியானது. மொசாம்பிக்கின் கொடுங்கோன்மை அரசை எதிர்ந்து நடந்த அரசியல் போராட்டத்தில் கலந்துகொண்டு தீவிரமாகச் செயல்பட்டவர் மியா கௌட்டோ. இவரது முதல் நாவலான Sleepwalking Land ஆப்ரிக்க இலக்கியத்தின் சாதனைப் படைப்பாகக் கொண்டாடப்பட்டு திரைப்படமாகவும் வெளியாகியுள்ளது.

மியா கௌட்டோவின் சிறப்பு மாயமும் யதார்த்தமும் கலந்த கதை சொல்லும் முறை. கவித்துவ தெறிப்புகள் நிறைந்த வரிகள். The Tuner of Silences நாவலின் ஒரு இடத்தில் "I had various belly buttons, I had been born countless times, all of them in Jezoosalem" என்று ஒருவன் சொல்கிறான். இப்படிப் பலமுறை ஒரு மனிதன் பிறப்பதும் அதன் அடையாளமாக நிறையத் தொப்புள் இருப்பதும் கதையை விநோதமாக்குகிறது. நாவல் முழுவதும் மாயமும் நிஜமும் பிரிக்கமுடியாதபடி ஒன்று கலந்திருக்கிறது.

மௌனத்தின் நாயகனாகக் கடவுள் அடையாளப்படுத்தப் படுகிறார். கடவுளுக்குக் காதுகள் கிடையாது. அவர் நம் குரலை ஒருபோதும் கேட்பதில்லை என்று நாவலில் ஒருவன் கூறுகிறான். இன்னொருவன் இப்படியொரு பதிலைத் தருகிறான்

One day, God will come and apologize to us

மனிதர்களைத் தான் நடத்திய விதத்திற்காகக் கடவுள் ஒருநாள் நிச்சயம் பூமியில் வந்து மன்னிப்பு கேட்பார் என்று நாவலில் கூறுகிறார்கள்.

நாவலின் வேறு ஒரு இடத்தில் நட்சத்திரங்களுக்குப் பெயர்கள் வைக்கப்படுவதற்குக் காரணம், வானம் மனிதர்களுக்கானதில்லை என்ற பயமே. பெயர் வைத்துவிடுவதன் வழியே வானத்தை, நட்சத்திரங்களைத் தனதாக்கிக் கொள்ள மனிதர்கள் முற்படுகிறார்கள். பயம் தான் பெயராக மாறுகிறது என்று கூறப்படுகிறது.

ஜெரூசலம் என்ற இடத்தில் ஒரேயொரு குடும்பம் வசிக்கிறது. நகரை விட்டு வெகுதூரம் விலகிய காட்டுப் பகுதியது. மவானிடோ (Mwanito) என்ற பதினோரு வயது சிறுவன் தான் கதையின் முக்கியப் பாத்திரம்.

அவன் வழியாகவே நாவல் விரிவு கொள்கிறது. அவனது தந்தை சில்வெஸ்ரி விதாலிசியோ நிறைய விஷயங்களை அவனிடம் மறைக்கிறார். தனது தாய் எப்படி இறந்து போனாள், தந்தைக்கும் அவளுக்குமான உறவு எப்படியிருந்தது, தாய் ஏன் வாழ்நாள் முழுவதும் மௌனமாகவே இருந்தாள் என்பது போன்ற விஷயங்களைத் திரும்பத் திரும்ப மவானிடோ கேட்டுக் கொண்டிருக்கிறான்.

கடந்தகாலம் என்பதே நாம் நினைவுபடுத்துவதன் வழியாகவே அடுத்த முறைக்குத் தொடருகிறது. அதைத் துண்டித்துவிட வேண்டும். கடந்தகாலம் பெரும் சுமையானது, அதைத் தூக்கி அலைய வேண்டாம் என நினைக்கிறான் சில்வெஸ்ரி. தன்னை ஒரு மரமாகக் கருதிக் கொள்ளும் அவன் கழுதையோடு மட்டுமே நெருக்கமாக இருக்கிறான். கழுதைக்கு மலர்களைப் பரிசாக அளிக்கிறான். அந்தக் கழுதை ஒரு நாள் கர்ப்பமாகிறது. அதற்கு யார் காரணம் எனக் குடும்பத்தில் சச்சரவு ஏற்படுகிறது.

தனிமையின் நூற்றாண்டுகள் நாவலின் துவக்கத்தில் ஐஸ்கட்டியை முதன்முறையாகக் காணுகிறார்கள். அது போலவே இந்நாவலில் மவானிடோ தனது 11ஆவது வயதில் தான் முதன்முறையாக ஒரு பெண்ணைக் காணுகிறான். அது வரை ஆண்கள் மட்டுமே அவனுலகில் இருந்தார்கள். பெண்ணைப் பார்த்த மகிழ்ச்சியில் அவன் தன்னை மீறிக் கண்ணீர் விடுகிறான். பெண்கள் நினைவுகளைத் தூண்டுகிறார்கள். நிசப்தம் அவர்களின் ஆயுதம் என்று நாவலில் சொல்லப்படுகிறது.

தனது சகோதரனைப் போலின்றி மிகவும் மௌனமாக இருக்கிறான் மவானிடோ, அதனாலே தந்தைக்கு அவனை மிகவும் பிடித்துப் போகிறது. மௌனம்தான் நினைவுகளைத் தூண்டக்கூடியது, பேச்சல்ல என்று ஒரு இடத்தில் தந்தை சொல்கிறார்.

டூன்ஜி என்ற மவானிடோவின் சகோதரன் எப்படியாவது அந்த இடத்திலிருந்து தப்பியோடி விட வேண்டும் என்று நினைக்கிறான். அவனுக்குக் கடந்தகாலத்தில் நடந்த விஷயங்கள் தெரிந்திருக்கின்றன. ஆனால் சொல்ல மறுக்கிறான்.

மார்த்தாவின் வருகையும் பெண்களை அறியாத மவானிடோ அவளிடம் கேட்கும் கேள்விகளும் அவளுடன் டூன்ஜிக்கு ஏற்படும் உறவும் மிக அழகாக நாவலில் விவரிக்கப்பட்டுள்ளது.

மறைக்கப்பட்ட குடும்ப நிகழ்வுகளை, கடந்தகால வரலாற்றை மௌனமாகக் காத்துவருகிறான் தந்தை. ஆனால் மார்த்தாவின் வருகை அந்த மௌனத்தைக் கலைத்துவிடுகிறது.

மொசாம்பிக்கின் வரலாற்றையும் சமகால நிகழ்வுகளையும் உள்நாட்டுப் போரின் விளைவால் ஏற்பட்ட துயரத்தையும் ஒன்று கலந்தே மியா இந்நாவலை எழுதியிருக்கிறார்.

இன்னொரு தளத்தில் இந்நாவல் வில்லியம் பாக்னரின் The Sound and the Fury நாவலை நினைவுபடுத்தியது. அந்நாவலில் வரும் பெஞ்சி கதாபாத்திரம் போலவே மவானிடோ செயல்படுகிறான். பெஞ்சி மனவளர்ச்சியற்றவன். ஆனால் மவானிடோ உலகம் அறியாமல் வளர்க்கப்பட்டவன். இருவரும் கனவில் சஞ்சரிப்பவர்களே.

இது மியா கௌட்டோவின் எட்டாவது நாவல். Confession of the Lioness, Woman of the Ashes, The Last Flight of The Flamingo, A River Called Time போன்றவை இவரது முக்கிய நாவல்கள். இலக்கியத்திற்கான பல்வேறு உயரிய விருதுகளைப் பெற்றுள்ள இவரது படைப்புகள் திரைப்படமாகவும் வெளியாகியுள்ளன. தமிழில் மொழியாக்கம் செய்யப்பட வேண்டிய முக்கிய நாவலிது.

*****

7. மார்க்ரெட் அட்வுட்டின் தீவு

மார்க்ரெட் அட்வுட் பற்றிய ஆவணப்படம் ஒன்றைப் பார்த்தேன்.

Margaret Atwood: Once in August என்ற இந்த ஆவணப்படத்தை இயக்கியிருப்பவர் மைக்கேல் ரபோ. 1984இல் வெளியானது

மைக்கேல் ரபோ எழுதும் கடிதம் ஒன்றின் மூலம் ஆவணப் படம் துவங்குகிறது. கனேடிய எழுத்தாளர்கள் பலரையும் பற்றி ஆவணப்படம் எடுத்துவரும் தான் அட்வுட் பற்றிய ஆவணப்படம் ஒன்றை உருவாக்க விரும்புவதாகவும் அது அவரைப் பிரேதப் பரிசோதனை போலக் கூறுபோடுவதாக ஒருபோதுமிருக்காது. அவர் விரும்புகிறபடி, விரும்பும் இடத்தில் படப்பிடிப்பு நடத்தப்படும். அவரது படைப்புலகம் சார்ந்தே இந்த ஆவணப்படம் உருவாக்கப்பட வேண்டும் என நினைப்பதால் அதற்கு அனுமதி தேவை என்று ரபோ கடிதம் எழுதுகிறார். மார்க்ரெட் அட்வுட் இதற்குச் சம்மதம் தெரிவிக்கவே படம் துவங்குகிறது.

அட்வுட் குடும்பம் விடுமுறைக்காகச் செல்லும் தீவு ஒன்றுக்கு ஆவணப்படக்குழு செல்கிறது. அட்வுட் சிறுவயது முதலே விடுமுறைக்கு இந்தத் தீவிற்குத்தான் வருவது வழக்கம். அந்தத் தீவு அவரது Surfacing என்ற நாவலின் மையப்பொருளாக விளங்குகிறது.

தீவு மட்டுமே உண்மையானது. கதையும் கதாபாத்திரங்களும் எனது கற்பனையே என்கிறார் அட்வுட்.

முடிவற்ற நீர்ப்பரப்பில் மார்க்ரெட் அட்வுட் படகைச் செலுத்திக் கொண்டு தனியே பயணிக்கிறார். பேரமைதி யான சூழல். அட்வுட்டின் உறுதியான கைகள் துடுப்பு தள்ளுகின்றன. தீவில் கூடாரம் அமைத்துத் தங்குகிறார்கள். அட்வுட்டை பற்றிய இந்த ஆவணப்படத்தில் அவரது காதலர், தாய், தந்தை, மகள், நண்பர் எனப் பலரும் அவரைப் பற்றிப் பேசுகிறார்கள். ஒரு காட்சியில் அட்வுட் தன் மகளுக்கு "Treasure Island" நாவலைப் படித்துக் காட்டுகிறார். அப்போது அவரது முகபாவம் எத்தனை அழகாகயிருக்கிறது.

அட்வுட்டினைப் பற்றிய படம் என்றாலும் அவரது அம்மாவே என்னை அதிகம் கவர்ந்தவர். அவர் சமைத்தபடியே தன் மகளைப் பற்றிப் பேசுகிறார். உணவு தயாரிப்பது மற்றவர்களை அதிகம் சந்தோஷப்படுத்தும் விஷயம் என்று சொல்லும் அவர், தன் மகள் சிறுவயதிலே எழுதத் துவங்கியதை பெருமையோடு சொல்கிறார். இது போலவே தான் மார்க்ரெட்டின் தந்தையும் தயக்கத்துடன் வியப்புடன் தன் மகளின் படைப்பாற்றலை, அவளை வளர்த்த விதத்தைப் பற்றிப் பேசுகிறார்.

அட்வுட்டின் இணையர் கிரேம் கிப்சன் தங்களின் காதல் மற்றும் அட்வுட்டின் கவிதைகள் பற்றிப் பேசுகிறார்.

ஆவணப்படத்தின் இயக்குனர் அந்தக் குடும்பத்தின் உறுப்பினர் போலவே ஒன்று கலந்திருக்கிறார். தீவில் அட்வுட்டோடு ஒன்றாகக் குளிர்காய்கிறார். ஒன்றாக நடக்கிறார். ஒன்றாக மது அருந்துகிறார். தோழமையான இருவர் சந்தித்து உரையாடிக் கொள்வது போலவேயிருக்கிறது.

ஒரு காட்சியில் அட்வுட் காகிதப்பை ஒன்றை முகத்தில் அணிந்துகொண்டு யார் இந்தப் பெண் என ஒவ்வொருவராகக் கேள்வி எழுப்பும்படி செய்கிறார். அது ஆவணப்படம் எடுக்கும் ரபோவைக் கேலி செய்வது போலிருக்கிறது.

..

மார்க்ரெட் அட்வுட் கனேடிய இலக்கியத்தின் முக்கிய எழுத்தாளர். கவிஞர். இவரது வரலாற்றுப் புனைவுகளும் அறிபுனைப் படைப்புகளும் தனித்துவமிக்கவை. தி ஹாண்ட்மெய்ட்ஸ் டேல் என்ற இவரது நாவல் தொலைக்காட்சி தொடராக ஒளிபரப்பப்பட்டு மிகுந்த வரவேற்பை பெற்றுள்ளது. ஐந்து முறை புக்கர் விருதுக்குப் பரிந்துரை செய்யப்பட்டவர் அட்வுட். சில காலம் ஆங்கில இலக்கியப் பேராசிரியராகப் பணியாற்றியிருக்கிறார்.

தி ஹாண்ட்மெய்ட்ஸ் டேல் மத அடிப்படைவாதத்தை விமர்சிக்கும் நாவலாகும். இக்கதையில் ஜில்லியட் குடியரசின் ஆளுநர்கள் கருத்தரிக்கக்கூடிய ஆரோக்கியமான பெண்களைத் தங்களின் பணிப்பெண்களாக வைத்துக்கொள்கிறார்கள். அவர்களின் வேலை குழந்தை

பெற்றுத் தர வேண்டும் என்பதே. ஆனால் அந்தக் குழந்தைகளின்மீது அவர்கள் உரிமை கொண்டாட முடியாது. பணிப்பெண்கள் யாவரும் சிவப்பு நிற உடை அணிந்தவர்கள். இந்தக் கண்காணிப்பு உலகிலிருநது தப்ப முயன்றவர்கள் கடுமையாகத் தண்டிக்கப்படுகிறார்கள். DYSTOPIAN NOVEL வகையில் மிகவும் கொண்டாடப்பட்ட படைப்பாக இந்நாவல் கருதப்படுகிறது.

கனடா நாட்டில் ஒட்டாவா நகரில் பிறந்த அட்வுட், டொரொண்டோ பல்கலைக்கழகத்தில் இளங்கலைப் பட்டம் பெற்றார். பின்னர் அமெரிக்காவின் ராட்கிளிஃப் கல்லூரியில் முதுகலைப் பட்டம் பெற்றார்.

கல்லூரி நாட்களில் கவிதைகள் எழுததத்துவங்கினார். பின்பு சிறுகதை, நாவல்கள், விமர்சனம் என பல்துறைகளில் எழுதி தனித்துவமிக்க இலக்கியவாதியாக உருவானார்.

••

அட்வுட்டின் சிரிப்பு எவரையும் கவரக்கூடியது. குற்றவுணர்வும், அச்சமுமில்லாத கண்களையும் கொண்டவராகயிருக்கிறார் அட்வுட். தீவிரத்தன்மை கொண்ட மனதுடன் உள்ளார்ந்த ஏக்கம் கொண்டவராகவுமே அட்வுட்டைப் புரிந்துகொள்ள முடிகிறது.

இந்த ஆவணப்படத்தில் இலக்கியவாசிப்புத் தன்னை மேம்படுத்திய விதம் மற்றும் தனது படைப்புகள் குறித்த கருத்துகளை அட்வுட் வெளிப்படையாக முன்வைக்கிறார்.

உங்கள் கதாபாத்திரங்கள் பொம்மலாட்டத்தின் பொம்மைகளைப் போல எவராலோ ஆட்டுவிக்கப்படுகிறார்கள். ஏன் இத்தனை துயரம் மற்றும் வீழ்ச்சி என ரபோ கேட்டபோது, ‘அப்படித் தான் நினைக்கவில்லை. தான் அதிகமும் பெண் கதாபாத்திரங்களையே எழுதியிருக்கிறேன். வாழ்க்கைச் சூழல் அவர்களுக்கு அப்படியாகத்தானே இருக்கிறது’ என்கிறார் அட்வுட்.

ஒரு காட்சியில் தன் அம்மா நீந்தும்போதுதான் அதிக சந்தோஷம் கொள்கிறார் என்கிறார் அட்வுட். காட்சி அட்வுட்டின் அம்மா நீரில் நீந்துவதைக் காட்டுகிறது. வான்

நோக்கியபடி அம்மா ஏரியில் மிதந்து கொண்டிருக்கிறார். அவர் முகத்தில் எத்தனை பரவசம், எவ்வளவு மகிழ்ச்சி.

எழுத்தாளர்களின் நேர்காணல் என்றாலே இரண்டு நாற்காலியில் எதிரெதிராக உட்கார்ந்து கொண்டு பேசிக் கொண்டிருப்பார்கள் என்பது இந்த ஆவணப்படத்தில் முற்றிலும் தவிர்க்கப்பட்டிருக்கிறது. அட்வுட்டும் மைக்கேல் ரபோவும் தரையில் அமர்ந்து காலை மடக்கி உட்கார்ந்து கொண்டு தோழர்களைப் போலவே உரையாடுகிறார்கள். ஒன்றாக நடக்கிறார்கள். படகில் செல்கிறார்கள். கூடி வாசிக்கிறார்கள்.

மார்க்ரெட் பெரிய பாக்கெட் உள்ள சட்டைகளை விரும்பி அணிகிறார். அவரது உடைத் தேர்வு மிகப் பொருத்தமாக உள்ளது.

பத்தொன்பதாம் நூற்றாண்டு நாவல்களே தனக்கு விருப்பமானவை எனக்கூறும் அட்வுட், தனது கதைகளுக்கு உந்துதலாக இருந்த மனிதர்கள், நிகழ்வுகள் பற்றி நிறையவே விவரிக்கிறார்.

எழுத்தாளர்கள் பற்றிய ஆவணப்படம் என்றாலே மறைந்தவருக்குச் செலுத்தப்படும் அஞ்சலி எனக் கருதப்படும் சூழலில் எழுத்தாளனின் ஆளுமையை, விருப்பங்களை, வாழ்க்கை முறையை, குடும்பத்தினர் காட்டும் அன்பினை இந்த ஆவணப்படம் முன்வைக்கிறது.

எழுத்தைப் போலவே காட்சிகளும் நமக்கான வாசலைத் திறந்துவிட்டு நாமாக அனுபவித்துக் கொள்ளச் செய்கின்றன. எழுத்தாளனுக்குச் செய்யப்படும் உண்மையான மரியாதை என்பது இது போன்ற ஆவணப்படங்களே.

*****

8. ஜார்ஜ் ஆர்வெலின் குற்றவுணர்வு

George Orwell: A Life in Pictures என்ற பிபிசி தயாரித்துள்ள ஆவணப்படத்தைப் பார்த்தேன். ஜார்ஜ் ஆர்வெல் இங்கிலாந்தின் புகழ்பெற்ற எழுத்தாளர். Big Brother is watching you என்ற இவரது வாசகம் கண்காணிப்பு அரசியல் குறித்த உரையாடல்களில் சுட்டிக்காட்டப்படும் பிரபலமான மேற்கோளாகும்.

பிபிசி ஆவணப்படங்கள் பெரிதும் மரபான பாணியைக் கொண்டவை. ஆனால் இந்த ஆவணப்படம் அதிலிருந்து மாறுபட்ட விதத்தில் உருவாக்கப்பட்டிருக்கிறது. ஆர்வெலின் ஆளுமையை முழுமையாக உணர்ந்து கொள்ளும் வண்ணம் உருவாக்கப்பட்டிருப்பது இதன் தனிச்சிறப்பு.

ஆர்வெல் இந்தியாவில் பிறந்தவர். பீகாரின் மோதிஹரி என்ற கிராமத்தில் பிறந்திருக்கிறார். ஆர்வெலின் தந்தை, ரிச்சர்ட் வால்ம்ஸ்லி பிளேர், இந்தியன் சிவில் சர்வீஸில் ஓபியம் விற்பனை செய்யும் அதிகாரியாக நேபாள எல்லையில் பணியாற்றியிருக்கிறார்.

காவல்துறை உயரதிகாரி, சிறை அதிகாரி, சுரங்கத் தொழிலாளி, உணவகத்தின் பாத்திரம் கழுவுகிறவர், பழைய புத்தகக் கடை பணியாளர், பள்ளி ஆசிரியர், கல்லூரி ஆசிரியர், பத்திரிக்கையாளர், ரேடியோ செய்தி அறிவிப்பாளர், ராணுவ வீரர், சென்சார் அதிகாரி, பிரச்சாரப் பிரிவு அதிகாரி எனப் பல்வேறு வேலைகளைத் தனது 47 வயதிற்குள் ஜார்ஜ் ஆர்வெல் செய்திருக்கிறார். இங்கிலாந்து முழுவதும் நடந்தும் வாகனத்திலும் சுற்றியலைந்திருக்கிறார்.

எரிக் ஆர்தர் பிளேர் என்பது இவரது இயற்பெயர். ஆர்வெலின் அம்மாவின் பூர்வீகம் பர்மா. முதல் உலகப் போருக்கு முன்பு, அவர்களது குடும்பம் ஆக்ஸ்போர்டுஷையரின் ஷிப்லேக்கிற்குக் குடிபெயர்ந்தது.

பர்மாவில் உள்ள இந்தியன் இம்பீரியல் போலீஸில் சேர ஆர்வெல் தேர்வு செய்யப்பட்டார். இதற்காகக் கப்பலில் பயணம் செய்து ரங்கூன் சென்றார். அங்கிருந்து

பயிற்சிக்காக மாண்டலேயில் உள்ள போலீஸ் பயிற்சிப் பள்ளியில் அனுமதிக்கப்பட்டார். 1922 முதல் உதவி மாவட்ட கண்காணிப்பாளராக நியமிக்கப்பட்டார். அப்போது அவரது சம்பளம் ரூ. 525.

காலனிய அரசின் காவல்துறை அதிகாரியாகப் பணிபுரிவது அவருக்குள் குற்றவுணர்வை ஏற்படுத்தியது. ஏழை எளிய மக்களைக் காலனிய அரசு கடுமையாக ஒடுக்குகிறது என்பதை நேரடியாக உணர்ந்தார். பர்மாவில் சில காலம் சிறையதிகாரியாகவும் ஆர்வெல் பணியாற்றியுள்ளார்.

பர்மாவிலிருந்த நாட்களில் மதம் பிடித்த யானை ஒன்றைச் சுடுவதற்காக ஆர்வெல் அழைக்கப்பட்டார். அந்த நிகழ்வினை Shooting an Elephant என மிகச் சிறந்த கட்டுரையாக எழுதியிருக்கிறார். அதில் மதம் பிடித்த யானையை அவர் எதிர்கொண்ட விதம் மிகத் துல்லியமாக சித்திரிக்கப்பட்டிருக்கிறது. இது போலவே தூக்குத் தண்டனை கைதியின் இறுதி நாளைப் பற்றி A Hanging என்ற செறிவான கட்டுரையை எழுதியிருக்கிறார் ஆர்வெல்.

மூன்று ஆண்டுகள் பர்மாவில் பணியாற்றிய பிறகு ஆர்வெல் எழுத்தாளராக வேண்டும் என்ற ஆசையில் மீண்டும் இங்கிலாந்து திரும்பினார்.

அவர் விரும்பியது போல எழுத்தாளர் ஆவது எளிதாகயில்லை. பதிப்பகங்கள் எதுவும் அவரது எழுத்தைப் பிரசுரிக்க முன்வரவில்லை. பத்திரிகைகளும் அவரைக் கைவிட்டன.

ஆகவே 1928 இன் ஆரம்பத்தில் அவர் பாரீஸுக்குக் குடிபெயர்ந்தார். அங்கே தொழிலாள வர்க்கத்தினர் குடியிருக்கும் நெருக்கடியான குடியிருப்பில் வசித்து வந்தார். அந்த நாட்களில் வேசைகள், திருடர்கள், பிச்சைக்காரர்கள், குடிகாரர்கள். நோயாளிகள் எனப் பலதரப்பட்ட மக்களுடன் நெருங்கிப் பழகினார். அவர்கள் வாழ்க்கை முறை குறித்துப் பத்திரிகைகளில் கட்டுரைகள் எழுதினார்.

1929 டிசம்பரில், பாரீஸிலிருந்து இரண்டு ஆண்டுகளுக்குப் பிறகு ஆர்வெல் இங்கிலாந்துக்குத் திரும்பி, சவுத்வோல்டில் உள்ள தனது பெற்றோரின் வீட்டிற்குச் சென்றார். அடுத்த ஐந்து ஆண்டுகளுக்கு அங்கேதான் வசித்தார்.

ஒருமுறை சிறையில் கிறிஸ்துமஸை எப்படிக் கொண்டாடுகிறார்கள் என்பதை அனுபவிப்பதற்காக ஆர்வெல் வேண்டுமென்றே போதையில் பிரச்சனை செய்தார். அதைப் பெரிய குற்றமாகக் கருதாமல் இரண்டு நாட்கள் காவல்நிலையத்தில் வைத்துவிட்டு விடுதலை செய்துவிட்டார்கள்.

ஏப்ரல் 1932 இல், மேற்கு லண்டனின் ஹேய்ஸில் உள்ள சிறுவர் பள்ளியொன்றில் ஆசிரியராக வேலைக்குச் சேர்ந்தார். பின்பு 1933இல் ஃப்ரேஸ் கல்லூரியில் ஆசிரியராகச் சில காலம் பணியாற்றினார். இந்த நாட்களில் அவரது காசநோய் முற்றவே சிகிச்சை மேற்கொள்வதற்காக ஆசிரியர் வேலையைக் கைவிட்டார்.

இந்த ஆவணப்படத்தின் ஒரு காட்சியில் உறைவிடப்பள்ளியில் படிக்கும் நாட்களில் தான் படுக்கையிலே மூத்திரம் போய்விடுவேன் என்றும் மறுநாள் வார்டன் இதைக் கண்டுபிடித்துக் கடுமையான தண்டனை கொடுப்பார் எனவும் குறிப்பிடும் ஆர்வெல், ஒருவன் தன்னை அறியாமலே தவறு செய்யமுடியும் என்பதற்கு இந்நிகழ்வு ஒரு எடுத்துக்காட்டு என்கிறார்.

ஜார்ஜ் ஆர்வெலின் கட்டுரைகளை நான் மிகவும் விரும்பி வாசித்திருக்கிறேன். அவரது நாவல்கள் என்னைக் கவரவில்லை.

தமிழில் அவரது நாவல்கள் மொழியாக்கம் செய்யப் பட்டுள்ளன. ஒன்றிரண்டு கட்டுரைகளும் மொழிபெயர்ப்பில் வாசிக்க கிடைக்கின்றன. ஆர்வெலின் தேர்வு செய்த கட்டுரைகளைத் தனி நூலாக மொழியாக்கம் செய்து வெளியிட வேண்டும். அதுவே அவரைச் சரியாக அறிமுகம் செய்யும் வழி.

ஆவணப்படம் முழுவதும் ஆர்வெல் புகைபிடித்தபடியே இருக்கிறார். நல்ல உயரம். தீர்க்கமான கண்கள். எதையும் நேரடியாக, அழுத்தமாகத் தெரிவிக்கிறார், வாதிடுகிறார். பரபரப்பான நகர வாழ்க்கையை விட்டு ஒதுங்கி இயற்கையான சூழலில் வாழ ஆசைப்படுகிறார்.

படத்தின் ஒரு காட்சியில் ஆர்வெல் பிறந்த குழந்தை யொன்றின் முன்னால் நின்று தீவிரமாக உலக விஷயங்களைப் பேசிக் கொண்டிருக்கிறார்.

அந்தக் காட்சியிலிருந்து என்னால் விடுபட முடியவில்லை. எடை பார்க்கும் இயந்திரம் ஒன்றில் அக்குழந்தை வைக்கப்பட்டிருக்கிறது. அதன் முன்னே ஆர்வெல் பேசிக் கொண்டிருக்கிறார். அக்காட்சி ஒரு படிமம் போல மனதில் உறைந்து விட்டது.

எழுத்தாளராக ஆர்வெல் மேற்கொண்டதும் இதுபோன்ற செயலையே.

எதிர்கால சமூகம் குறித்த கவலை, பயம், அக்கறை, கற்பனை யாவும் ஆர்வெலிடம் அதிகமிருந்தன. 1984 நாவலில் அவர் உருவாக்கிக் காட்டிய எதிர்கால உலகத்தை இன்று நாம் கடந்து வந்துவிட்டோம். நாவலில் உள்ளது போல எதுவும் நடக்கவில்லை.

ஆனால் முப்பத்தைந்து வருஷங்களுக்குப் பிறகு இன்று ஆர்வெல் சுட்டிக்காட்டிய அதிகாரத்தின் இரும்புப் பிடியை நாம் உணரத் துவங்கியிருக்கிறோம். இன்று அவரது வாசகங்கள் உயிர்பெறத் துவங்குகின்றன. அதிகாரத்தால் கண்காணிக்கப்படுதல் உலகெங்கும் நடந்தேறுகிறது.

ஆர்வலின் வாழ்க்கை வரலாற்றைக் காணும்போது வியப்பாக இருக்கிறது.

எத்தனை வகையான வேலைகள். வாழ்க்கை நிலைகள். ஆர்வெல் ஒருபோதும் சந்தோஷமாக நாட்களைக் கழித்ததில்லை என்றே தோன்றுகிறது.

இங்கிலாந்தின் வடக்கில் சுரங்கத் தொழிலாளியாக அடிநிலை மக்களுடன் இணைந்து பணியாற்றுகிற காட்சிகள் மனதைத் தொடுகின்றன. தன் உயரத்திற்குக் குனிந்து சுரங்கத்திற்குள் போவது கழுத்துவலியை உண்டாக்குகிறது என்கிறார் ஆர்வெல். சுரங்கத்தில் பணியாற்றியபோது எளிய மக்களின் வாழ்க்கைத் துயரத்தை முழுமையாக உணருகிறார். அவர்களின் கஷ்டங்கள் குறித்தும் மேம்பாடு குறித்தும் எழுதத் துவங்குகிறார். தொடர்ந்து புகை பிடிக்கும் பழக்கம் இருந்த காரணத்தால் அவருக்கு இளமையிலே காசநோய் ஏற்படுகிறது.

சிகிச்சை எடுத்துக் கொண்டபோதும் ஆர்வெல் வீட்டிற்குள் முடங்கியிருக்கவில்லை. ஸ்பானிஷ் உள்நாட்டுப் போரில் ராணுவ வீரராகக் கலந்து கொள்கிறார். ஒரு முறை

குண்டடிபடுகிறார். அதிர்ஷ்டவசமாக உயிர் தப்புகிறார். துப்பாக்கிக் குண்டு தாக்கும்போது ஒரு மனிதன் என்ன உணர்வுகளை அடைகிறான் என்பதைத் துல்லியமாக எழுதுகிறார்.

இரண்டாம் உலகப் போரின்போது மக்கள் படைப்பிரிவில் தன்னை இணைத்துக் கொள்கிறார். அத்துடன் இரண்டு ஆண்டுகள் அரசின் பிரச்சாரத்துறையில் பணியாற்றுகிறார். அப்போது பிபிசி ரேடியோவில் யுத்தசெய்திகளை வழங்கியிருக்கிறார்.

போரின் வெற்றிக்குப் பிறகு இங்கிலாந்து வெற்றியைக் கொண்டாடுகிறது. நகரமே கோலாகலமாகவுள்ளது. ஆனால் போரில் பாதிக்கப்பட்டு, வீடு இழந்த மக்களின் பிரச்சனைகளை அரசு கண்டுகொள்ளவில்லை என ஆர்வெல் அரசைக் கண்டித்து எழுதுகிறார். பொதுவெளியில் உரையாற்றுகிறார்.

யுத்தம் மக்களின் மனநிலையை மாற்றிவிடுகிறது என்பதை நேரடியாக உணருகிறார். யுத்தம் முழுமையாக முடியாத நிலையில் ஐரோப்பாவினுள் மீண்டும் பயணிக்கிறார். யுத்தத்தால் ஏற்பட்ட சிதைவுகளை, இழப்பினைக் கண்டறிகிறார்.

இந்நிலையில் எதிர்பாரத விதமாக அவரது மனைவி அறுவை சிகிச்சை ஒன்றில் இறந்து போகிறார். தத்து எடுத்துக் கொண்ட மகனை வளர்க்கத் தனியே போராடுகிறார்.

காசநோய் முற்றிய நிலையில் புது நாவல் ஒன்றை எழுதுவதற்காகத் தீவு ஒன்றுக்குப் போகிறார். மனித நடமாட்டமேயில்லாத இடமது. அறையில் தனது படுக்கையிலிருந்தபடியே சிறிய தட்டச்சுப்பொறி ஒன்றினை உபயோகித்துப் புதிய நாவலை எழுதுகிறார்.

அவரது ஐந்து வயது மகன் கதவைத்தட்டி ஹாய் சொல்லும் காட்சி ஒன்று படத்தில் இடம்பெற்றுள்ளது. அற்புதமான காட்சியது. அச்சிறுவன் தந்தையை எவ்வளவு நன்றாகப் புரிந்துவைத்திருக்கிறான் என்பதை அக்காட்சி அழகாக வெளிப்படுத்துகிறது.

நோயோடு இரவுபகலாக எழுதுவது அவரது உடல் நிலையை மிகவும் மோசமாக்குகிறது. இதனால் மருத்துவ மனையில் அனுமதிக்கப்படுகிறார்.

1984 என்ற புதிய நாவல் வெளியாகி மிகுந்த வரவேற்பினைப் பெறுகிறது. மருத்துவமனையில் தனது தோழி சோனியா பிரவுனெல்லைத் திருமணம் செய்து கொள்கிறார், அடுத்த ஆறுமாதங்களில் நோயிலிருந்து விடுபட முடியாமல் மரணமடைகிறார்.

47 வருஷ வாழ்க்கை. அதற்குள் எத்தனை விதமான அனுபவங்கள், பயணங்கள். ஆர்வெல் முழுமையான, நிறைவான வாழ்கையை வாழ்ந்திருக்கிறார் என்றே தோன்றுகிறது.

Animal Farm, Nineteen Eighty - Four என்ற இரண்டு நாவல்களே ஜார்ஜ் ஆர்வெலின், அடையாளம் போலக் கருதப்படுகின்றன. ஆனால் இந்த இரண்டினையும் விட அவர் எழுதிய Down and Out in Paris and London, The Road to Wigan Pier, Homage to Catalonia, Collected Essays of George Orwell போன்ற கட்டுரைகளே உயர்வானவை. .

Men can only be happy when they do not assume that the object of life is happiness என்பது ஆர்வெலின் புகழ்பெற்ற மேற்கோள். இதையே வாழ்க்கையில் ஆர்வெலும் கடைப்பிடித்திருக்கிறார்.

*****

9. தஸ்தாயெவ்ஸ்கியின் நாட்குறிப்பு

கடந்த சில ஆண்டுகளாகத் தமிழில் மொழியாக்கம் செய்யப்பட்ட தஸ்தாயெவ்ஸ்கியின் நாவல்கள் நல்ல வரவேற்பைப் பெற்றுவருகின்றன. சென்னைப் புத்தகக் கண்காட்சியில் டால்ஸ்டாய் மற்றும் தஸ்தாயெவ்ஸ்கியின் நூல்கள் அதிகம் விற்பனையாகியுள்ளன.

நான் கல்லூரியில் படிக்கும் நாட்களில் தஸ்தாயெவ்ஸ்கியின் ஒரேயொரு சிறுகதைத் தொகுப்பு வெண்ணிற இரவுகள் மட்டுமே தமிழில் வாசிக்கக் கிடைத்தது. மற்ற நாவல்களை, குறுநாவல்களை, சிறுகதைகளை ஆங்கிலம் வழியாகவே வாசித்தேன்.

இன்று என்னிடம் தஸ்தாயெவ்ஸ்கி எழுதிய எல்லா நூல்களும் இருக்கின்றன. இதில் The Brothers Karamazov நாவல் ஐந்து வேறுபட்ட மொழிபெயர்ப்புகளாக வைத்திருக்கிறேன். நான் தஸ்தாயெவ்ஸ்கியை விரும்பி வாசிப்பவன். இலக்கியத்தின் நுட்பங்களை அவரிடமிருந்தே கற்றுக் கொண்டேன்.

தஸ்தாயெவ்ஸ்கி எழுதிய A Writer's Diary இரண்டு தொகுதிகளாக வெளியாகியுள்ளது. இது எழுத்துக் கலை சார்ந்த டயரிக் குறிப்புகள் அல்ல. தனது சமகாலப் பிரச்சனைகள், நிகழ்வுகள் குறித்து தஸ்தாயெவ்ஸ்கி எழுதிய நாட்குறிப்புகளின் தொகுப்புகள். இந்த நாட்குறிப்புகள் மாத இதழாக வெளிவந்து பின்பு இது தனி நூலாகத் தொகுக்கப்பட்டது.

நாட்குறிப்புகளை மட்டுமே கொண்ட ஒரு மாத இதழை வெளியிட வேண்டும் என்று தஸ்தாயெவ்ஸ்கி ஆசை கொண்டிருந்தார். இதற்காகவே ஒரு இதழை உருவாக்கினார். அதில் தஸ்தாயெவ்ஸ்கியின் குறிப்புகளுடன் வாசகர்களின் எதிர்வினையும் இடம்பெறுவது வழக்கமாக இருந்தது. புதுமையான இதழாக இதைக் கொண்டாடிய வாசகர்கள் தஸ்தாயெவ்ஸ்கியின் நாட்குறிப்புகளை விரும்பிப் படித்தார்கள்.

தஸ்தாயெவ்ஸ்கியின் நாவல்களை, சிறுகதைகளைப் போல வாசிக்க முடியாது. சற்று கடினமான நூல்.

குறிப்பாக தஸ்தாயெவ்ஸ்கியின் சமகால எழுத்தாளர்கள். ரஷ்யப் பண்பாட்டுச் சூழல். அரசியல் மற்றும் அவரது காலத்தைய முக்கியப் பிரச்சனைகளைப் பற்றி அறிந்திருந்தால் மட்டுமே இதில் உள்ள பல கட்டுரைகளைப் புரிந்துகொள்ள முடியும்.

இந்நூலில் தஸ்தாயெவ்ஸ்கி தனது நாவல்களில் வெளிப்படுத்தாத எண்ணங்களை, சமூகப் பிரச்சனைகள் சார்ந்த விவாதங்களை, புரிதல்களை முன்வைக்கிறார் என்பதால் இந்த நாட்குறிப்புகள் தீவிரவாசகனுக்கு அவரது ஆளுமையின் வீச்சைப் புரிந்துகொள்ளச் செய்கின்றன.

யூதப் பிரச்சனை, ரஷ்ய அரசியல் நிலவரம், ஸ்லாவ்களின் நிலைப்பாடுகள், மதம் குறித்த எண்ணங்கள், கலையின் நோக்கம் மற்றும் செயல்பாடு, நீதிமன்ற செயல்பாடுகள், தற்கொலை நிகழ்வுகள், சக்கரவர்த்தி பீட்டரின் நிலச்சீர்திருத்தங்கள் குறித்த கண்ணோட்டம், ரஷ்யக் கட்டிடக்கலை, ரஷ்ய ஓவியர்களின் தனித்துவம், விவசாயிகளின் வாழ்க்கை முறை, புனைகதை, விமர்சனக் கட்டுரை எனப் பல்வகையான விஷயங்களைத் தொட்டு தஸ்தாயெவ்ஸ்கி எழுதியிருக்கிறார்.

தஸ்தாயெவ்ஸ்கியிடம் காணப்படும் யூதவெறுப்பும் எதிர்ப்பும் இந்த நாட்குறிப்பில் வெளிப்படையாகவே பதிவு செய்யப்பட்டிருக்கிறது.

1450 பக்கங்கள் கொண்ட இரண்டு தொகுதிகளிலும் இருந்து தேர்வு செய்து 600 பக்கங்களை ஓர் எழுத்தாளனின் நாட்குறிப்பு என சா.தேவதாஸ் மொழியாக்கம் செய்திருக்கிறார்.

கெட்டி அட்டை பைண்டிங்கில் ரஷ்யப் புத்தகங்கள் போலவே சிறப்பாக வெளியிட்டுள்ளது நூல் வனம் பதிப்பகம்.

ரஷ்ய இலக்கியங்களின்மீது மிகுந்த ஈடுபாடு கொண்டவர் மணிகண்டன். அவரது நூல் வனம் குழந்தைகளுக்கான நூல்களைச் சிறப்பாக வெளியிட்டு வருகிறது. முக்கியமான ரஷ்ய இலக்கியங்களைத் தமிழில் கொண்டுவர வேண்டும் என்ற மணிகண்டனின் கனவே இந்நூல் வடிவம் கொண்டிருக்கிறது.

A Writer's Diary நூலை மொழிபெயர்ப்பு செய்வது மிகவும் கடினம். காரணம், தஸ்தாயெவ்ஸ்கி எழுதிய காலகட்டத்தின் சமூக அரசியல் சூழ்நிலை தெளிவாகத் தெரிந்திருக்க வேண்டும். தஸ்தாயெவ்ஸ்கி சுட்டிக்காட்டுகிற நிகழ்வுகள். கலைஞர்கள், ஆளுமைகள் பற்றி அறிந்திருக்க வேண்டும். மேலும் தஸ்தாயெவ்ஸ்கி எதை முக்கியப்படுத்துகிறார் என்பதை ஆழ்ந்து உள்வாங்கியிருக்க வேண்டும். சா.தேவதாஸ் ஆழ்ந்து வாசித்துப் புரிந்துகொண்டதோடு மிகவும் சிரத்தையெடுத்து மொழியாக்கம் செய்துள்ளார். அவருக்கு என் மனம் நிரம்பிய வாழ்த்துகள்.

குறிப்பாக, இந்த நூலுக்காக தஸ்தாயெவ்ஸ்கி பற்றி விரிவான முன்னுரையை தேவதாஸ் எழுதியிருக்கிறார். அது எந்த அளவு தீவிரமாக தஸ்தாயெவ்ஸ்கியைப் புரிந்து கொண்டிருக்கிறார் என்பதன் அடையாளம்.

1873 முதல் 1881 வரை எழுதப்பட்ட இந்த நாட்குறிப்புகள் ரஷ்யாவிற்கு வெளியே அதிகம் கொண்டாடப்படவில்லை. மிகச்சிறிய வட்டத்திற்குள் மட்டுமே இந்நூல் பேசப்பட்டது. ஆனால் Northwestern University சார்பில் புதிய ஆங்கில மொழியாக்கம் வெளியான பிறகு தஸ்தாயெவ்ஸ்கியைத் தொடர்ந்து வாசிப்பவர்களும் விமர்சகர்களும் இந்நாட்குறிப்புகளை சிலாகித்துப் பேச ஆரம்பித்தார்கள்.

குழந்தைப் பருவத்திலிருந்து சொந்த மொழிக்குப் பதிலாக அந்நிய மொழியைப் பேசுவது முட்டாள்தனமானதாகும். இதன் மூலம் அசலான சிந்தனைகள் உருவாகாதபடி நம் தலையை நாசப்படுத்திக் கொள்கிறோம் என தஸ்தாயெவ்ஸ்கி ஒரு இடத்தில் குறிப்பிடுகிறார். அவை சத்தியமான வார்த்தைகள்.

இன்னொரு இடத்தில் தற்கொலை செய்து இறந்துபோன தையற்காரியைப் பற்றி எழுதும்போது அவள் இந்தப் பூமியில் வாழ முடியாதபடி செய்த தவறு என்ன என்ற கேள்வியை எழுப்புகிறார்.

நவம்பர் மாத இதழில் நாட்குறிப்பிற்குப் பதிலாக ஒரு கதையை எழுதுகிறார் தஸ்தாயெவ்ஸ்கி. அதைக் கதையொன்றோ, நினைவுக்குறிப்பு என்றோ வரையறை செய்யமுடியாது என்று முன்வார்த்தைகள் கூறியே துவங்குகிறார். அக்கதைச்சுருக்கம் அவரது புகழ்பெற்ற

அடக்கமான பெண் (The Meek one) என்ற சிறுகதையின் முன்வரைவு போலவே இருக்கிறது.

சிறுவர்கள் வாழ்விலிருந்து ஒரு கதை என்ற ஒரு பகுதி இந்நூலில் இருக்கிறது. அதில் வரும் சிறுமி எத்தனை வெளிப்படையாகப் பேசுகிறாள். அவளது கதாபாத்திரம் அற்புதமாக எழுதப்பட்டிருக்கிறது. இந்நூலில் என்னை மிகவும் கவர்ந்த பகுதியது.

தஸ்தாயெவ்ஸ்கியின் ஓவியத்தைச் சிறப்பாக வரைந்துள்ள ஓவியர் மணிவண்ணனுக்கும், நூலை நேர்த்தியாக அச்சிட்டுள்ள நூல் வனம் மணிகண்டனுக்கும், சிறப்பாக மொழியாக்கம் செய்துள்ள தேவதாஸிற்கும் மனம் நிரம்பிய பாராட்டுகள்.

*****

10.மஞ்சள் ரோஜாக்களின் நம்பிக்கை

THE FRAGRANCE OF GUAVA கேப்ரியல் கார்சியா மார்க்வெஸ்ஸின் விரிவான நேர்காணல் தொகுப்பு. 120 பக்கங்கள் கொண்டது. கொலம்பிய பத்திரிகையாளர் Plinio Apuleyo Mendoza எடுத்த நேர்காணலது. மார்க்வெஸ் நோபல் பரிசு பெறுவதற்கு முன்பாக எடுக்கப்பட்டது. இதில் தான் எவ்வாறு எழுத்தாளராக உருவானேன் என்பதில் துவங்கி தனது நம்பிக்கைகள், எழுத்துமுறை, நட்பு, குடும்பம், அரசியல் என மார்க்வெஸ் விரிவாக உரையாடியிருக்கிறார்.

நான் அடிக்கடி வாசிக்கும் நூலிது. இதன் சில பகுதிகள் தமிழில் வெளியாகியுள்ளன.

நோபல் பரிசு பெற்ற எழுத்தாளராக உலகமே கொண்டாடும் மார்க்வெஸ் தனது புகழ்பெற்ற தனிமையின் நூற்றாண்டுகள் நாவலை எழுதும் நாட்களில் கையில் காசில்லாமல் நெருக்கடியில் வாழ்ந்த விதத்தை வெளிப்படையாக நினைவு கொண்டிருக்கிறார்.

மார்க்வெஸ் எழுதும் அறையில் எப்போதும் ஒரு மஞ்சள் ரோஜாப் பூ இருக்க வேண்டும். அது அவரது நம்பிக்கை. கரீபியர்கள் கண்திருஷ்டிக்காக இது போல மஞ்சள் மலர்களை வைப்பது வழக்கம். ஒருவேளை அந்தப் பழக்கம் மார்க்வெஸிடமும் தொடர்ந்திருக்கக் கூடும். அவர் நோபல் பரிசு பெறச் சென்றபோதும் மஞ்சள் மலரை கோட்டில் அணிந்திருந்தார். அவர் மட்டுமின்றி அவருடன் வந்திருந்தவர்களும் மஞ்சள் மலர்களை அணிந்திருந்தார்கள். அதை ஊடகங்கள் கேலி செய்தன.

இருபது வயதிலிருந்தே தனக்குக் கம்யூனிசத்தின்மீது விருப்பம் இருந்து வந்தது. காஸ்ட்ரோவுடன் நட்பு கொள்வதற்கு அது முதற்காரணம். காஸ்ட்ரோ ஒரு தீவிர இலக்கிய வாசகர். தன்னைச் சந்திக்கும் போதெல்லாம் அவர் அரசியலை விடவும் இலக்கியமே அதிகம் பேசுவார் என்கிறார் மார்க்வெஸ். கையெழுத்துப் பிரதியில் தனது

Chronicle of a Death Foretold கதையை வாசித்துத் தனது எண்ணங்களைப் பகிர்ந்து கொண்டார் காஸ்ட்ரோ என்றும் மார்க்வெஸ் குறிப்பிடுகிறார். ஒருமுறை காஸ்ட்ரோவிற்குப் பரிசாக ஒரு புத்தகத்தை மார்க்வெஸ் கொடுத்தார். ஆசையாகப் பிரித்துப் பார்த்த காஸ்ட்ரோ திகைத்துப் போனார். காரணம், மார்க்வெஸ் கொடுத்த புத்தகம் டிராகுலா நாவல்.

சிறுவயதில் தன் வீட்டிற்கு வரும் எலக்ட்ரீசியன் ஒருவரைத் தன்னால் மறக்கவே முடியாது. அவர் எப்போதும் வந்தாலும் அவரைப் பின்தொடர்ந்து ஒரு மஞ்சள் வண்ணத்துப்பூச்சி உடன் வரும். அந்த நினைவே பின்னாளில் தனது நாவலில் மஞ்சள் வண்ணத்துப்பூச்சி பின்தொடர்வதாக இடம்பெற்றது என்கிறார் மார்க்வெஸ்.

மாயமும் யதார்த்தமும் வேறு வேறானதில்லை. மாயம் யதார்த்தத்தின் ஒரு பகுதியே. யதார்த்தம் என்பதைத் தட்டையாக நாம் புரிந்துகொண்டிருக்கிறோம். உண்மையில் யதார்த்தம் நாம் அறிந்து வைத்திருப்பதை விடவும் பன்முகத்தன்மை கொண்டது என்கிறார் மார்க்வெஸ்.

தனது எழுத்து எப்படி உருவாகிறது என்கிற கேள்விக்கு அவரது பதில் இதுவே:

“For other writers, I think, a book is born out of an idea, a concept. I always start with an image. “

தன்னுடைய சிறுவயதில் பனிக்கட்டியைக் காண்பிப்பதற்காக தாத்தா தன்னைப் பழக் கம்பெனியின் காப்பறைக்கு அழைத்துச் சென்றார். பனிக்கட்டியில் கைவைத்த நிமிஷம்தான் தனிமையின் நூற்றாண்டுகள் நாவல் துவங்குவதற்கான புள்ளி. அந்தப் படிமத்திலிருந்தே பின்பு நாவலை எழுத ஆரம்பித்தேன் என்கிறார் மார்க்வெஸ்.

சில ஆண்டுகளுக்கு முன்பு The Last Interview Gabriel Garcia Marquez என்ற அவரது இன்னொரு நேர்காணல்களின் தொகுப்பு வெளியாகியுள்ளது. இது அவரது வாழ்வின் இரண்டாம் பகுதியை விரிவாகப் பதிவு செய்துள்ளது.

*****

11. நேரத்தை கண்காணிக்கும் மனிதன்

நேர நெறிமுறை நிலையம் என்ற துருக்கி நாவல் நான்கு ஆண்டுகளின் முன்பாக வெளியாகியுள்ளது. காலச்சுவடு பதிப்பகம் இதனை வெளியிட்டுள்ளது.

துருக்கியின் மிக முக்கிய எழுத்தாளரான அகமத் ஹம்தி தன்பினார் எழுதிய நாவலிது. தன்பினாரின் மொழியும் கதை சொல்லும் விதமும் அபாரம். தமிழில் எத்திராஜ் அகிலன் சிறப்பாக மொழியாக்கம் செய்திருக்கிறார்.

எத்திராஜ் அகிலன் நான் பெரிதும் மதிக்கும் மொழிபெயர்ப்பாளர். மிகச்சிரத்தையாக, நுட்பமாக, மூலத்திற்கு மிகவும் நெருக்கமாக மொழியாக்கம் செய்யக்கூடியவர். இந்நாவல் அவரது மொழிபெயர்ப்பின் சாதனை என்றே சொல்வேன்.

தன்பினார் இஸ்தான்புல்லில் பிறந்தவர். தந்தை நீதிபதியாக இருந்தவர். அதனால் பணி நிமித்தமாக தன்பினாரின் குடும்பம் பல இடங்களில் வசிக்க நேரிட்டது. கல்லூரியில் இலக்கியம் பயின்ற தன்பினார் பின்பு இலக்கியப் பேராசிரியராகப் பணியாற்றியுள்ளார்.

நேரநெறிமுறை நிலையம் நாவலின் கதாநாயகன் ஹயரி இர்டால். இவர் நேர நெறிமுறை நிலையத்தின் பணியாளனாக வேலை செய்கிறார். இவரது இளமைக்காலம் துவங்கி முதுமை வரை நாவல் விவரிக்கிறது.

நேரநெறிமுறை நிலையம் தேசம் முழுவதும் ஒரே நேரம் அமல்படுத்தப்பட வேண்டும் என்பதற்காக உருவாக்கப்பட்ட ஒரு அமைப்பு. எதற்காக அப்படி ஒரு நிலையத்தை உருவாக்குகிறார்கள் என்றால் அதிகாரம் காலத்தைத் தன் கட்டுப்பாட்டில் வைத்துக் கொள்ள வேண்டும் என்று கருதுகிறது.

துருக்கியில் கடிகாரத்தின் தேவை என்பது தொழுகைக்கான நேரம் காட்டுவதற்காகவே எனப் பலரும் நினைக்கிறார்கள். துருக்கி, பன்னாட்டுக் கடிகார விற்பனையின் முக்கிய

மையம். ஆகவே விதவிதமான கடிகாரங்களை மக்கள் பயன்படுத்துகிறார்கள்.

அரசாங்கம் ஆளுக்கு ஒரு நேரம் உள்ள கடிகாரத்தைப் பயன்படுத்துவது தவறானது. தேசத்தின் எல்லாக் கடிகாரங்களும் ஒரே நேரத்தைத் தான் காட்ட வேண்டும். தவறாகக் காட்டும் கடிகாரங்களை அணிந்தவர்களுக்கு அபாரதம் விதிக்கப்படும் என்று அறிவிக்கிறது. இதற்காக நேர நெறிமுறை நிலையம் உருவாக்கபடுகிறது. அங்கேதான் இர்டால் வேலை செய்கிறார்.

அந்த நேர நெறிமுறை நிலையம் உருவாக்கப்பட்டதன் பின்புலம், அங்கே நடந்த விஷயங்கள், அதன் பணியாளர்கள், அது மூடப்பட்ட விதம் பற்றி ஒரு நூலை எழுதுகிறார் இர்டால். அதுவே கதையின் மையம். ஒன்றுமற்ற விஷயங்களில் அரசு எவ்வளவு கவனம் செலுத்துகிறது, கடின உழைப்பு தராத பொருளாதார வசதியை ஒன்றுமற்ற வேலை தருகிறது என்பதையே தன்பினார் சுட்டிக் காட்டுகிறார்.

நேரநெறிமுறையைக் கொண்டாடுவது போலத் தோற்றம் கொள்ளும் கதையின் போக்கு அதிகாரத்தின் அபத்தமான முடிவுகளை விமர்சிக்கிறது. கேலி செய்கிறது. முட்டாள்களாக மக்கள் எல்லாக்கட்டுப்பாடுகளையும் ஏற்றுக்கொள்கிறார்கள். அடங்கிப் போய்விடுகிறார்கள் என்பதைச் சுட்டிக் காட்டுகிறது.

கட்டுப்பெட்டியான பழைய வாழ்க்கை ஒருபுறம் மேற்கத்திய பண்பாட்டின் தாக்கத்தால் உருவான புதிய வாழ்க்கை மறுபுறம். இரண்டுக்கும் நடுவே துருக்கி மக்கள் ஊசலாடுகிறார்கள். ஹயரி மேற்கத்திய பழக்கங்களை விரும்புகிறார். பழமையில் ஊறிக்கிடக்கும் சமூகம் அதை விமர்சிக்கிறது.

அரசாங்கம் ஏன் நேரத்தைக் கட்டுபடுத்த நினைக்கிறது. ஒரு காலத்தில் சீனாவில் இருந்த ஒரு அரசன் தன் ஆட்சியில் இருந்தே வரலாறு துவங்கப்பட வேண்டும் என்பதற்காக அதன் முன்பு உள்ள அத்தனை வரலாற்று நூல்களையும் தீக்கிரையாக்கினான். அது போன்ற ஒரு அபத்தமான எண்ணமே காலத்தைக் கட்டுப்படுத்தித் தனதாக்கிக் கொள்வதும்.

கடிகாரம் காட்டும் காலம் என்பது புறவயமானது. மனித உடலே ஒரு கடிகாரம்தான். அது சதா ஒரு காலவுணர்வை உருவாக்கியபடியே இருக்கிறது. காலத்தைத் தன் கட்டுப்பாட்டிற்குள் வைத்துக்கொண்டு நல்லநேரம் கெட்டநேரம், நல்ல நாள் கெட்ட நாள் என்று பாகுபாடு செய்கிறது. விவசாயிகள் ஒரு காலக்கணக்கை வைத்திருக்கிறார்கள். ஜோதிடர்கள் ஒரு காலக்கணக்கை கொண்டுள்ளார்கள்.

ஜப்பானில் உள்ள தீவு ஒன்றினை ஆட்சி செய்த அதிகாரி ஒருவன் மக்களிடம் உள்ள கடிகாரங்கள் அனைத்தையும் உடைத்துவிட்டு தன் ஒருவனிடம் மட்டுமே கடிகாரம் வைத்துக் கொண்டான். காரணம், அவன் காலத்தின் அதிபதி என எண்ணியதே. அப்படித்தான் இந்நாவலில் அரசு நடந்து கொள்கிறது. நேர நெறிமுறை நிலையம் ஒரு புதிய ஒழுங்கைக் கொண்டுவர முயற்சிக்கிறது. அந்த முயற்சியின் அபத்தம் வாசிப்பவரை வாய்விட்டுச் சிரிக்க வைக்கிறது.

ஐநூறு பக்கமுள்ள நாவல் துருக்கி அரசின் அதிகார நிலைப்பாட்டினையும் மக்களின் சுரணையற்ற வாழ்க்கையையும் இடைவெட்டாகப் பேசுகிறது. இதன் ஊடாகப் புத்தகம் எழுதுவது, படிப்பு, மேற்கத்திய பழக்கங்களின் சாதக பாதகங்கள், வறுமையான வாழ்க்கைச் சூழல் போன்றவையும் பேசப்படுகின்றன.

நாவலின் ஒரு இடத்தில் ஹயரி இப்படிச் சொல்கிறான்:

நம்மைச் சுற்றி இருப்பவர்களோடு மனம் ஒத்து வாழும்வரை, வறுமை என்பது நாம் கற்பனை செய்து கொள்வதைப் போல் பயங்கரமானதாகவோ, சகித்துக் கொள்ள முடியாததாகவோ இருப்பதே இல்லை. வறுமை எனக்களித்த அனுகூலங்களிலேயே மிக உன்னதமானதென நான் கருதுவது, சுதந்திரத்தைத்தான்.

இந்த வரிகள் தந்த மனவெழுச்சி மகத்தானது. இது போல நாவலில் பல இடங்கள் மிகுந்த உண்மையோடு எழுதப்பட்டுள்ளன.

1962 இல் எழுதப்பட்ட இந்த நாவல் 2013இல்தான் ஆங்கிலத்தில் மொழியாக்கம் செய்யப்பட்டது. சர்வதேச

இலக்கிய உலகம் இந்நாவலைக் கொண்டாடியது. தமிழில் இந்நாவல் போதுமான கவனம் பெறவில்லை என்பது வருத்தமானதே. புதிய வகை நாவலை வாசிக்க விரும்புகிறவர்கள் அவசியம் இதனை வாசிக்க வேண்டும்.

தமிழுக்கு இதுபோன்ற அடர்த்தியான நாவலைச் சிறப்பாக மொழியாக்கம் செய்து தந்த எத்திராஜ் அகிலன் மிகுந்த பாராட்டிற்குரியவர்.

*****

12. இரண்டு ரஷ்ய நகரங்கள்

டால்ஸ்டாயின் அன்னா கரீனினா நாவலை விவாதிப்பதற்கென நிறையக் குழுமங்கள் இணையத்தில் இருக்கின்றன. அப்படி ஒரு குழுமத்தில் பகிரப்பட்ட கட்டுரை ஒன்றை சமீபத்தில் வாசித்தேன். அது அன்னா கரீனினா மாஸ்கோவில் வாழ்ந்திருந்தால் இப்படி நடந்து கொண்டிருக்க மாட்டாள். அவள் வாழ்க்கை வேறுவிதமாக அமைந்திருக்கும் என்று கூறி மாஸ்கோ, பீட்டர்ஸ்பெர்க் இரண்டு நகரங்களுக்குமான வேறுபாட்டை, அதன் வாழ்க்கை முறையைக் கொண்டு நாவலின் மையத்தை புதிய கோணத்தில் அணுகுகிறது.

அன்னா கரீனினா நாவல் 1878இல் வெளியான நாள் முதல் இன்று வரை தொடர்ந்து விவாதிக்கப்பட்டு வருகிறது. இந்நாவலுக்கு ஆங்கிலத்தில் மட்டுமே பத்துக்கும் மேற்பட்ட மொழிபெயர்ப்புகள் கிடைக்கின்றன. முப்பதுக்கும் மேற்பட்ட மொழிகளில் இந்நாவல் வெளியாகியுள்ளது. 18 முறை அன்னா கரீனினா நாவல் படமாக்கப்பட்டுள்ளது. அது மட்டுமின்றி ரேடியோ நாடகம், நாடகம் மற்றும் இசை நாடகமாகவும் நிகழ்த்தப்பட்டுள்ளது.

1873 முதல் 1877 வரை The Russian Messenger இதழில் அன்னா கரீனினா தொடர்கதையாக வெளிவந்தது. நாவல் வெளிவந்து கொண்டிருக்கும்போதே அதன் பிரெஞ்சு மொழியாக்கம் பிரெஞ்சு நாளிதழ் ஒன்றில் தொடராக வெளியானது.

ரஷ்ய இலக்கியத்தில் உருவாக்கப்பட்ட சிறந்த பெண் கதாபாத்திரங்களில் ஒன்றாக அன்னாவைக் குறிப்பிடுகிறார்கள். டால்ஸ்டாய் தனது ஐம்பதாவது வயதில் இந்நாவலை எழுதினார். இதன் முன்னதாக அவரது புகழ்பெற்ற நாவலான War and Peace வெளியாகி பெரும்வெற்றியைப் பெற்றிருந்தது.

அன்ன கரீனினா நாவலில் அவளது பால்யகாலம் சித்திரிக்கப்படவில்லை. அவள் எப்படி வளர்க்கப்பட்டாள். அவளது ஈடுபாடுகள் எப்படியிருந்தன, எங்கே கல்வி

பயின்றாள் என்பது போன்ற விஷயங்கள் நாவலில் இல்லை. அவளது சொந்த ஊர் மாஸ்கோ. அவளது சகோதரன் அங்கே வசிக்கிறான் என்பது மட்டுமே நாவலில் உள்ளது. அவள் கணவனுடன் பீட்டர்ஸ்பெர்க்கில் வசிக்கிறாள்.

மாஸ்கோ மரபான நகரம். செயின்ட் பீட்டர்ஸ்பெர்க்கோ புதிதாக உருவாக்கபட்ட நகரம். பீட்டர் தி கிரேட் மன்னனின் விருப்பத்தால் நகரம் உண்டாக்கப்பட்டது. 1703இல் நேவா ஆற்றின் கரையில் செயின்ட் பீட்டர்ஸ்பெர்க் உருவாக்கப்பட்டது 1924இல் இந்நகரம் லெனின்கிராடு என பெயர் மாற்றம் கொண்டது. 1991இல் மீண்டும் பீட்டர்ஸ்பெர்க்காக உருமாற்றம் கொண்டது. 1918 வரை தலைநகராக விளங்கியது. ஜார் மன்னர் அங்கேதான் வசித்தார்.

பிரபுக்களும் உயர்தட்டு மக்களும் மாஸ்கோவில் வசிப்பதை விரும்பினார்கள். இசை, நடனம், உயர்கல்வி, விருந்துகள் என்று மாஸ்கோ பண்பாட்டு சிறப்பால் பெயர்பெற்றிருந்தது. மாஸ்கோவாசிகள் விருந்தில் ரஷ்யமொழியில் பேசிக் கொள்ளமாட்டார்கள். ஜெர்மன் மற்றும் பிரெஞ்சுதான் விருப்பமான மொழி. வீட்டில் தனி ஆசிரியர் வைத்து ஜெர்மன் கற்றுக் கொண்டார்கள். டால்ஸ்டாய் கூட வீட்டில் தனி ஆசிரியர் மூலமே ஜெர்மனி கற்றுக் கொண்டார். மிகச்சிறந்த நாடக அரங்குகளும் இசைக்கூடங்களும் மாஸ்கோவில் இருந்தன.

செயின்ட் பீட்டர்ஸ்பெர்க்கோ நடுத்தரவர்க்க மற்றும் வறியவர்களின் வசிப்பிடமாகக் கருதப்பட்டது. வேலைபார்க்க பீட்டர்ஸ்பெர்க், வாழ்வதற்கு மாஸ்கோ என்ற கருத்து புரட்சிக்கு முன்பு வரை ரஷ்ய மக்களிடம் பரவலாக இருந்தது.

அன்னாவின் கணவன் பீட்டர்ஸ்பெர்க்வாசி. உயர்வகுப்பைச் சேர்ந்தவன். அவனுக்கு அதிகாரத்தைக் கைப்பற்றுவதே குறிக்கோள். வேலை வேலை என அதிலே மூழ்கிக்கிடக்கிறான். அது பீட்டர்ஸ்பெர்க நகரவாசிகளின் இயல்பு.

திருமணத்தின் பிறகு மாஸ்கோவைப் பிரிந்து பீட்டர்ஸ்பெர்க்கில் வாழ்ந்து வந்த அன்னா தனது

சகோதரன் வீட்டுப்பிரச்சனையைத் தீர்க்கவே மாஸ்கோ வருகிறாள். நடன விருந்தில் கலந்து கொள்கிறாள். உண்மையில் மாஸ்கோ நகரத்தின் இரவு வாழ்க்கையும் அதன் நினைவுகளுமே அவளைத் தன்னிலை மறக்க வைக்கின்றன. இளமைக்காலத்தின் ஏக்கங்கள் அவளுக்குள் தன்னை மீறி எழுகின்றன. நடனத்தின்போது தான் இளமையானவள் என்பதை உணருகிறாள்.

பீட்டர்ஸ்பெர்க்கில் எல்லா வசதிகளுடன் வாழ்ந்தாலும் அது மாஸ்கோ வாழ்க்கை போன்றதாகயில்லை என்று உணருகிறாள். அன்னாவிற்குள் புதிய காதலை உருவாக்குவது மாஸ்கோ நகர நினைவுகளே. அதை வெளிப்படையாக அவள் உணருவதில்லை. ஆனால் அது ஒரு வலிமையான காரணம்.

அவள் காதலிக்கும் விரான்ஸ்கியும் மாஸ்கோவாசி. ஆனால் பீட்டர்ஸ்பெர்க்கில் வசிக்கிறான். ராணுவ அதிகாரியான அவனையும் அன்னாவையும் ஒன்று சேர்ப்பது மாஸ்கோ நகரப் பண்பாடும் உல்லாச நடனமும் தான். ஒப்லான்ஸ்கி மற்றும் கரீனின் இருவரும் முறையே மாஸ்கோ மற்றும் பீட்டர்ஸ்பெர்க்கின் பிரதிநிதிகளாக இருக்கிறார்கள். கரீனின் கடும் உழைப்பாளி. அதிகாரத்தின் உச்சத்தை நோக்கிச் செல்பவன். ஆனால் ஒப்லான்ஸ்கியோ சோம்பேறி. உல்லாசமாக வாழ்க்கையைக் கழிக்க மட்டுமே விரும்புகிறான். இது வசதியான மாஸ்கோவாசிகளின் இயல்பு.

மாஸ்கோ நகரை வியந்து டால்ஸ்டாய் நிறைய எழுதியிருக்கிறார். தஸ்தாயெவ்ஸ்கியோ பீட்டர்ஸ்பெர்க்கை கொண்டாடுகிறார். குறிப்பாக, வெண்ணிற இரவுகளில் பீட்டர்ஸ்பெர்க் நகரின் சூரியனின் முகம் காணாத வீதிகள் குறிப்பிடப்படுகின்றன. இரவிலும் சூரியன் ஒளிரும் நாட்கள் பதிவு செய்யப்படுகின்றன.

எந்த ஊரில் உங்களின் பால்ய காலம் செலவிடப்படுகிறதோ அந்த ஊரின் நினைவுகள் அழுத்தமாக மனதிற்குள் பதிவாகியிருக்கும். வேலை காரணமாகவோ அல்லது குடும்பச் சூழல் காரணமாகவோ வேறு ஊர்களுக்கு அதிலும் மாநகரங்களுக்குச் செல்லும் பலர் தங்கள் மனதில் சொந்த ஊரின் ஏக்கத்தையே எப்போதும்

கொண்டிருக்கிறார்கள். அது வெறும் ஏக்கமில்லை, ஒருவகை இழப்புணர்வு.

தமிழில் பெருநகர வாழ்க்கை மிகக் குறைவாகவே எழுதப்பட்டிருக்கிறது. பெரும்பான்மை எழுத்தாளர்கள் நகரில் வசித்தபோதும் மனதில் அவர்களின் சொந்த ஊரே மையம் கொண்டுள்ளது.

மாநகரை எழுதுவது எளிதானதில்லை. கிராமத்தைப் போல அதை ஒரு குவிமையத்தினுள் அடக்கிவிடமுடியாது. கிராமம் VS நகரம் என்ற எதிர்நிலை நம்மிடம் எப்போதும் உள்ளது. கிராமங்கள் பண்பாட்டின் விளைநிலம் போலவும் நகரங்கள் பண்பாட்டினை அழிக்கக்கூடியது என்றும் ஒரு கருத்து தொடர்ந்து இருந்து வருகிறது. அது உண்மையானதில்லை.

இவ்வளவிற்கும் தமிழகத்தில் மதுரை, காஞ்சி, பூம்புகார் எனப் பெருமை மிக்க நகரங்கள் ஆயிரம் ஆண்டுகளுக்கு முன்னதாகவே இருந்திருக்கின்றன. நகரவாழ்க்கை பண்பாட்டுச் சிறப்புக் கொண்டதாகவே கருதப்பட்டு வந்திருக்கிறது. நகரம் குறித்த பயம்தான் அன்றிருந்தது.

ஆனால் பிரிட்டிஷ் ஆட்சியின் பிறகு நகரம் பற்றிய எண்ணம் மாறத்துவங்கியது. நகரம் குறித்த எதிர்க் கருத்துகள் தீவிரமாகப் பரவத்துவங்கின. மறுபுறம் நகரை நோக்கி வருவது அதிகரித்துக் கொண்டேயிருந்தது. நகரப்பண்பாடு என்பது ஒற்றைத் தன்மை கொண்டதில்லை. பண்பாட்டு கலப்பும் பல்வகைப் பண்பாட்டு நிகழ்வுகளும் ஒன்று சேர்ந்த பொதுவெளியது. நகரமக்கள் எது நடந்தாலும் கண்டுகொள்ளமாட்டார்கள் என்ற எண்ணமும் இப்படி உருவாக்கப்பட்டதே. தன்னைச் சுற்றி எது நடந்தாலும் கண்டுகொள்ளாதவர்கள் நகரம், கிராமம் எனப் பேதமின்றி எங்கும்தானே இருக்கிறார்கள்.

மாஸ்கோவில் வசிப்பவர்களின் மனநிலை மதுரையில் வசிப்பவர்களின் மனநிலையைப் போன்றதே. இரண்டும் மரபான நகரங்கள். பண்பாடுதான் அந்த நகரங்களின் சிறப்பு. பல்வகைக் கலையும் விதவிதமான உணவு வகைகளும் வழிபாடும் கொண்டாட்டமும் கலந்த வாழ்க்கை. பீட்டர்ஸ்பெர்க் வாழ்க்கை சென்னையைப் போன்றது. இங்கே பல்வகைப் பண்பாடுகள் ஒன்று கலந்துள்ளன.

அன்னா கரீனினா ஒரு வேளை மாஸ்கோவில் வாழ்ந்திருந்தால் அவள் விரான்ஸ்கியை காதலித்திருக்க மாட்டாள். அவள் வாழ்க்கை முற்றிலும் வேறாக இருந்திருக்கும். அவள் தற்கொலை செய்து கொண்டிருக்க மாட்டாள் என்கிறது அக்கட்டுரை.

ஒரு நாவலை வாசிப்பவர்கள் எத்தனை புதிய தளங்களில், கோணங்களில் நாவலை வாசிக்கிறார்கள், புதிய விளக்கங்களைத் தருகிறார்கள் என்பது மகிழ்ச்சி அளிக்கிறது.

தமிழ் நாவல்கள் இப்படிப் பல்முனைகளில் அணுகப்படவில்லை. ரசனை சார்ந்த மதிப்பீடுகளுக்கு வெளியே தமிழ் நாவல்கள் இன்னமும் விரிவாக ஆராயப்படவில்லை.

அந்த வகையில் தஸ்தாயெவ்ஸ்கியும் டால்ஸ்டாயும் கொடுத்து வைத்தவர்கள். உலகின் ஏதோ ஒரு மூலையில் தினமும் யாரோ ஒருவர் அவர்களின் நாவலைப் பற்றி ஏதாவது எழுதிக் கொண்டேதானிருக்கிறார்கள்.

ரஷ்யாவின் அடையாளமாக அதன் எழுத்தாளர்களே கருதப்படுகிறார்கள். அவர்களின் எழுத்தின் வழியாகவே ரஷ்யா தொடர்ந்து பேசப்பட்டு வருகிறது. இப்படி வேறு தேசம் எதுவும் எழுத்தால் அடையாளப்படுத்தப் பட்டிருக்கிறதா என்று தெரியவில்லை.

*****

13.லூக்கா எனும் மருத்துவர்

நோபல் பரிசுபெற்ற எழுத்தாளர் பெர் லாகர்குவிஸ்ட் (Pär Lagerkvist) எழுதிய நாவல் அன்பு வழி (Barabbas). இதைத் தமிழில் மொழி பெயர்த்தவர் க. நா. சு. இந்நாவல் பாரபாஸ் என்ற குற்றவாளியின் கண்ணோட்டத்தில் இயேசுவின் வாழ்க்கையை விவரிக்கக் கூடியது. பாரபாஸ் திரைப்படமாகவும் வெளியாகியுள்ளது. தனக்குப் பதிலாக இயேசுவை சிலுவையில் அறைகிறார்கள் என்பதை அறிந்த பாரபாஸ் அவரைப் பற்றித் தெரிந்துகொள்வதே நாவலின் மையக்கதை. பல லட்சம் பிரதிகள் விற்றுள்ள இந்நாவல் எனக்கு மிகவும் பிடித்தமானது.

இந்த நாவலுக்கு நிகரான இன்னொரு நாவலை வாசித்தேன். அது புனித லூக்காவின் வாழ்க்கை வரலாற்றைப் பற்றிய Dear and Glorious Physician என்ற நாவல். டெய்லர் கால்டுவெல் என்ற பெண் எழுத்தாளர் எழுதியது.

இந்த நாவலை எழுதி முடிக்க 46 வருஷங்கள் ஆனது என்கிறார் டெய்லர் கால்டுவெல். சிறுவயதில் இருந்தே லூக்காவின்மீது தனக்கு மிகுந்த விருப்பம் என்பதால் பனிரெண்டு வயதில் அவரைப்பற்றி எழுத ஆரம்பித்துப் பல்வேறு வயதுகளில் எழுதியதை திருத்தித் திருத்தி தனக்கே திருப்தி வராமல் தூக்கி எறிந்து விட்டதாகவும், முடிவாக லூக்கா பயணம் செய்த இடங்களுக்கு நேரில் பயணம் செய்து விரிவாக ஆய்வுகள் செய்து எழுதியதே இந் நாவல் என்கிறார்.

புதிய ஏற்பாட்டின் மூன்றாவது சுவிசேசத்தை எழுதியவர் புனித லூக்கா. கிறிஸ்துவத் திருச்சபை சார்பில் நடத்தப்படும் மருத்துவமனைகளுக்கு இவர் பெயர் சூட்டப்படுவதுண்டு. மதுரையில் கூட லூக்கா மருத்துவமனை இருக்கிறது. எதற்காக இவரது பெயர் மருத்துவமனைக்கு வைக்கப்படுகிறது என யோசித்திருக்கிறேன். இந்நாவலை வாசித்தபிறகே தெரிந்து கொண்டேன் லூக்கா ஒரு மருத்துவர்.

இயேசுவின் சீடர்களில் இவர் ஒருவரே யூதரில்லை. அத்தோடு இவர் நேரடியாக இயேசுவை சந்திக்கவுமில்லை.

இயேசு சிலுவையில் அறையப்பட்ட ஒரு ஆண்டிற்குப் பிறகு அவரைப் பற்றிக் கேள்விப்பட்டு அவரது அற்புதங்களை அறிந்துகொள்ளப் பயணம் செய்து இயேசுவின் சீடர்கள், அவரது தாய் மரியாள் உள்ளிட்ட பலரையும் சந்தித்திருக்கிறார் லூக்கா.

இந்நாவல் அந்தத் தேடுதலையே முதன்மைப்படுத்தி யிருக்கிறது. தான் கண்டறிந்த மனிதர்களின் வழியாக அவர் இயேசுவை அறிந்து கொள்கிறார். தனது அனுபவத்தில் அறிந்தவற்றையே சுவிசேசமாக எழுதியிருக்கிறார். லூக்காவின் பூர்வீகம் அந்தியோகியா. அவர் லூகானஸ் என அழைக்கப்பட்டார். மருத்துவத்தில் மிகுந்த தேர்ச்சி கொண்டிருந்தார் லூகானஸ்.

நாவல் லூக்காவின் தேடுதல் வழியாக இயேசுவின் வாழ்க்கையை விவரிக்கிறது. நாவலைப் படிக்கும்போது பென்ஹர் திரைப்படம் நினைவில் வந்தபடியே இருந்தது. வரலாற்றுப் பூர்வமாக மிகத் துல்லியமாக எழுதப்பட்ட நாவலிது.

இயேசுவின் காலத்தில் ஒடுக்கப்பட்டோராக யார் யார் கருதப்பட்டார்களோ அவர்கள்மீது இயேசு தனிக் கரிசனையும் அன்பும் காட்டினார் என்று லூக்கா கூறுகிறார். குறிப்பாக அடிமைகள், ஏழைகள், ஆதரவற்றோர், பெண்கள், நோயாளிகள் போன்றோரை இயேசு எவ்வாறு அரவணைத்துக் கொண்டார் என லூக்கா விரிவாகக் கூறுகிறார்.

டெய்லர் கால்டுவெல் இங்கிலாந்தில் ஸ்காட்டிஷ் பின்னணி கொண்ட குடும்பத்தில் பிறந்தவர். ஆறு வயதிலே சார்லஸ் டிக்கன்ஸ் பற்றிய ஒரு கட்டுரையினை எழுதிப் பரிசு பெற்றிருக்கிறார். 1907 ஆம் ஆண்டில் டெய்லர் கால்டுவெல் குடும்பம் அமெரிக்காவிற்குக் குடியேறியது.

1919 ஆம் ஆண்டில் அவர் வில்லியம் எஃப். காம்ப்ஸை மணந்து கொண்டார். அதன்பிறகு சில ஆண்டுகள் நீதிமன்றச் செய்திகளைச் சேகரிக்கும் பத்திரிகையாளராகப் பணியாற்றியிருக்கிறார். பின்பு நாவல்கள் எழுதத் துவங்கி புகழ்பெற்ற எழுத்தாளராக உருவானார். நாற்பதுக்கும் மேற்பட்ட நாவல்களை எழுதியிருக்கிறார். A Pillar of Iron இவரது புகழ்பெற்ற நாவல்.

*****

14. மரமெனும் நல்லாள்

பிரெஞ்சு மொழியில் மகாபாரதத்தை நாடமாக எழுதியவர் ஜீன் க்ளாட் காரியர். இந்தியாவில் அந்த நாடகம் நிகழ்த்தப்பட்டபோது பெரும்வரவேற்பு கிடைத்தது. பெங்களூரில் கூட அந்நாடகம் நிகழ்த்தப்பட்டது. மகாபாரதம் பற்றி அறிந்து கொள்வதற்காக காரியர் இந்தியாவிற்குப் பலமுறை வந்திருக்கிறார். இதில் சென்னையில் சில வாரங்கள் தங்கி ஆய்வுகள் செய்திருக்கிறார். மகாபாரதம் பற்றிய இவரது தேடலால் Big Bhishma in Madras: In Search of the Mahabharata என தனி நூலாக வெளியாகியிருக்கிறது.

பிரெஞ்சு எழுத்தாளரும் சிறந்த திரைக்கதை ஆசிரியருமான ஜீன் க்ளாட் காரியரின்(jean claude carrier) நேர்காணல் ஒன்றைக் கண்டேன். அதில் விவசாயக் குடும்பத்தைச் சேர்ந்த அவர்கள் தொன்றுதொட்டுப் பின்பற்றிவரும் ஒரு பழக்கம் பற்றிக் குறிப்பிடுகிறார். அதாவது அவர்கள் வீட்டில் ஒரு குழந்தை பிறக்கும்போது அந்தச் சந்தோஷத்தின் அடையாளமாக ஒரு மரம் வைக்கப்படுமாம்.

காரியர் பிறந்தபோது அவரது தந்தை வால்நட் மரத்தை வைத்திருக்கிறார். அது பதினெட்டு ஆண்டுகள் வளர்ந்து பின்பு விழுந்துவிட்டது என்கிறார் காரியர்.

அத்தோடு காரியர் தனது மகள் இருவர் பிறந்தபோதும் தான் இரண்டு வால்நட் மரங்களைத் தனது சொந்த ஊரில் சொந்த நிலத்தில் நட்டுவைத்ததாகவும் இன்றும் அது உறுதியாக வளர்ந்து நின்று பழம் தருவதாகவும் கூறுகிறார். ஒருவகையில் அந்த மரங்கள் இரண்டும் காரியரின் பிள்ளைகளே.

இந்த உரையாடல் எனக்குச் சங்க இலக்கியத்தில் நற்றிணை பாடல் 172 ஐ நினைவுபடுத்தியது. அதில் ஒரு விளையாட்டுச் சிறுமி புன்னை மரக்கொட்டையை மணலில் புதைத்துவிடுகிறாள். அந்த மரம் தானே வளரத் துவங்குகிறது. அம்மரத்தை சிறுமியின் உடன்பிறந்தவளாகச் சொல்கிறாள் தாய். அதிலிருந்து மரத்திற்கும் பாலை ஊற்றி வளர்க்கிறாள்

தாய். மரம் வளர்ந்து நிற்கிறது. சிறுமியும் வளர்க்கிறாள். காதலுற்ற அப்பெண்ணைக் காண காதலன் வருகிறான்.

சகோதரியான இந்த மரத்தின் முன்பாக உன்னோடு நான் எப்படிச் சேர்ந்திருப்பது எனக் கேட்கிறாள் அந்தப் பெண்.

புன்னை நெய்தல் நிலத்தின் மரம். அடர் பச்சை இலைகளையுடையது. இனிய நறுமணம் கொண்ட இம்மரத்தின் பூக்கள் வெண்ணிறமாகயிருக்கும்.

மரத்தை சகோதரியாக, தந்தையாக, மூதாதையராக நினைக்கும் பழக்கம் பழங்குடிகளிடம் உள்ளது. மூத்தோர்கள் தான் மரமாகி தங்களுக்கு வழிகாட்டுவதாக நினைக்கிறார்கள்.

க்ளாட் காரியர் சொன்னதில் மறைமுகமாக ஒரு செய்தியிருக்கிறது. அவர்கள் நிலத்தில் உள்ள மரங்களே அவர்களின் குடும்பத்தின் அடையாளம். ஒருவகையில் அந்த மரங்களே அவர்கள் குடும்பத்தின் இரட்டை அல்லது மறுஉருவங்கள். தன் பொருட்டு வைக்கப்பட்ட மரத்தை ஒருவன் பராமரிக்க வேண்டும் என்பது விதி. மரங்களின் ஆரோக்கியமே மனிதர்களின் ஆரோக்கியம் என்ற நம்பிக்கை நெடும்காலமாகவே இருந்து வருகிறது.

ஒருவன் உண்மையான தேடல் கொண்டவனாக இருந்தால் மரத்திலிருந்து அவன் தனக்கான வாழ்வியல் வழிகாட்டுதலைப் பெற்றுக்கொள்ள முடியும்.

> விளையாட்டு ஆயமொடு வெண்மணல் அழுத்தி
> மறந்தனம் துறந்த காழ்முனை அகைய
> நெய்பெய்து தீம்பால் பெய்துஇனிது வளர்ப்ப
> நும்மினும் சிறந்தது நுவ்வை ஆகுமென்று
> அன்னை கூறினள் புன்னையது சிறப்பே
> அம்ம நாணுதும் நும்மொடு நகையே
> நற்றிணை (172)

இந்தப் பாடலில் தாய், அந்தப் புன்னை மரம் உனக்கு நுவ்வை (உன்னுடன் பிறந்தவள்) என்கிறாள். நுவ்வை என்ற சொல் இப்போது வழக்கில் இல்லை. ஆனால் அச்சொல்லை உச்சரிக்கும்போது அத்தனை இனிமையாக இருக்கிறது.

*****

15.ஏங்கெல்ஸின் மனைவி

கார்ல் மார்க்ஸின் இணைற்ற நண்பனாகவும், சிறந்த தோழனாகவும் விளங்கியவர் ஃப்ரெடெரிக் ஏங்கெல்ஸ்.

ஏங்கெல்ஸின் மனைவி லிடியா எனப்படும் லிசி பென்ஸ் வாழ்க்கையை மையமாகக் கொண்டு புதிய நாவல்-Mrs Engels வெளியாகியுள்ளது. ஐரீஷ் எழுத்தாளரான கெவின் மெக்ரே இதனை எழுதியிருக்கிறார்.

லிசி பென்ஸ் தோழர் ஃப்ரெடெரிக் ஏங்கெல்ஸின் துணைவி. ஐரீஷ் பெண்ணான இவர் பஞ்சாலை ஒன்றில் சாயமிடும் தொழிலாளியின் மகள். அவரது சகோதரி மேரி பர்ன்ஸைத் தான் ஏங்கெல்ஸ் காதலித்தார். மான்செஸ்டரில் மேரியுடன் ஏங்கெல்ஸ் ஒன்றாக வாழ்ந்தபோது அவர்களுடன் இணைந்து வாழ்ந்தபடியே வீட்டினை நிர்வாகம் செய்து கொண்டிருந்தார் லிடியா.

ஃப்ரெடெரிக் ஏங்கெல்ஸ் ஜெர்மனியில் பிறந்தவர். பருத்தி ஆலை உரிமையாளர் ஒருவரின் மகன். அவரது தந்தை ஃப்ரெடெரிக் ஏங்கெல்ஸை வியாபரத்தில் ஈடுபடுத்த முனைந்தார். இதன்பொருட்டு அவரை இங்கிலாந்திற்கு அனுப்பி வைத்தார். தனது 22 ஆவது வயதில் தனது தந்தை பங்குதாரராகவிருந்த பஞ்சாலை ஒன்றை நிர்வாகம் செய்ய இங்கிலாந்திலுள்ள மான்செஸ்டர் சென்றார். அங்கேதான் மேரியின் அறிமுகம் கிடைத்தது.

பாட்டாளி வர்க்கத்தினைச் சேர்ந்த பெண்கள் என்பதால் லிடியாவும் மேரியும் ஏங்கெல்ஸிற்குத் தொழிலாளர்களின் உண்மையான நிலைமையைப் புரியவைக்க மான்செஸ்டரின் வீதிவீதியாக அழைத்துப் போனார்கள். தொழிலாளர்களின் வாழ்க்கை அவலத்தைக் கண்டு அதைக் கண்டித்து ஏங்கெல்ஸ் எழுதத் துவங்கினார்.

மேரியும் ஏங்கெல்சும் திருமணம் செய்து கொள்ளாமலே வாழ்ந்துவந்தார்கள். 1863 ஜனவரி 7இல் மேரி மரணமடைந்தார். அதன்பிறகு லிடியாவோடு ஏங்கெல்ஸ் சேர்ந்துவாழத் துவங்கினார்.

இந்நாவல் லிடியா எப்படி ஏங்கெல்ஸைப் புரிந்து கொண்டார், அவர்களின் வாழ்க்கை எப்படியிருந்தது, மார்க்ஸ்—ஜென்னி மற்றும் புரட்சிகர உலகோடு லிடியாவிற்கு என்னவகையான உறவிருந்தது என்பதை விளக்குகிறது.

1878 செப்டம்பரில் கடுமையான நோயுற்று மரணத்துடன் போராடினார் லிடியா. திருமணம் செய்துகொள்ளாமல் வாழ்ந்து வந்த லிடியா தனது மரணத்தின் முன்பு முறைப்படி திருமணம் செய்துகொள்ள ஆசைப்பட்டார். இதன்பொருட்டு வீட்டிலே பாதிரியை அழைத்துவந்து ஏங்கெல்ஸ் லிடியாவைத் திருமணம் செய்து கொண்டார். அடுத்த சில மணி நேரங்களில் லிடியா இறந்து போனார்.

அவரது மறைவு ஏங்கெல்ஸை மிகவும் பாதித்தது. லிடியாவின் கல்லறையில் அவர் ஏங்கெல்ஸின் மனைவி என்றே குறிப்பிடப்பட்டுள்ளார்.

கொந்தளிப்பான வரலாற்று நிகழ்வுகளுக்கு நடுவே நிழல் போல ஊடாடியிருக்கும் ஒரு பெண்ணின் கதை என்ற வகையில் இந்நாவல் லிடியாவின் வாழ்க்கையை அழுத்தமாகப் பதிவு செய்துள்ளது.

*****

16. ரே பிராட்பெரியின் நேர்காணல்கள்

ஒரு புத்தகத்தை வாசிக்கையில் அது எழுப்பும் நினைவுகளே அதன்மீதான விருப்பத்தை உருவாக்குகின்றன. நேற்று ரே பிராட்பெரியின் (Ray Bradbury) நேர்காணல்கள் அடங்கிய தொகுப்பை வாசித்துக் கொண்டிருந்தேன். ரே பிராட்பெரி எனது விருப்பத்திற்குரிய எழுத்தாளர். அவரது நேர்காணல்களின் வழியே அவரது புனைவின் பின்புலத்தையும், அவர் எழுத்தாளராக உருவான சூழலையும் புரிந்துகொள்ள முடிந்தது. உலகெங்கும் எழுத்தாளர்கள் ஒன்று போலத்தான் உருவாகிறார்கள் போலும்.

பிராட்பெரியின் நேர்காணல்களில் வெளிப்படும் கேலியும் கிண்டலுமான பதில் எனக்கு மிகவும் பிடித்திருந்தது.

புதிதாக எழுத விரும்புகிறவர்களுக்கு உகந்த வடிவம் சிறுகதையே. வாரம் ஒரு சிறுகதை என ஒரு ஆண்டிற்குத் தொடர்ந்து எழுதிப்பாருங்கள். நிச்சயம் அதில் எட்டோ, பத்தோ நல்ல சிறுகதைகள் இருக்கக்கூடும். அதை விடுத்து நேரடியாக ஒரு நாவலை எழுத ஆரம்பித்து ஒன்றிரண்டு ஆண்டுகள் செலவழித்துவிட்டு நாவல் சரியாக வராமல் போனால் காலம் வீணாகிவிடும் என்கிறார் ரே பிராட்பெரி.

அது உண்மை. எழுத்து கைவரவேண்டும் என்றால் எழுதிக் கொண்டேயிருக்க வேண்டும். குறிப்பாக, சிறுகதையின் வடிவமும் மொழியும் கைகூடுவதற்குத் தொடர்ந்து எழுதுதல் தேவை. எழுதிய அத்தனையும் அச்சில் வெளியாக வேண்டிய அவசியமில்லை. ஆரம்பக் காலத்தில் பத்தில் இரண்டு என வெளியிடத் தேர்வு செய்தால் போதும்.

எந்த வயதில் ஒரு எழுத்தாளன் உருவாகிறான். ரே பிராட்பெரி எழுதத் துவங்கியபோது அவரது வயது 12. அவர் வாசித்த காமிக்ஸ் புத்தகங்களும் அம்மாவோடு சேர்ந்து பார்த்த சினிமாவும்தான் அவரை எழுதத் தூண்டின என்கிறார்.

தன்னைச் சுற்றிய மனிதர்களைத்தான் அவர் எழுத்தில் உருவாக்கியிருக்கிறார்.

தேவாலயத்திற்குப் போவதைவிடவும் நூலகத்திற்குப் போவதற்கு அதிகம் விரும்புகிறவன் என்று தன்னைப் பற்றிக் கூறிக் கொள்கிறார் பிராட்பெரி. நூலகத்தில்தான் ஒரு மனிதன் தன்னை அடையாளம் கண்டுகொள்கிறான், எந்தப் புத்தகத்தைப் படிப்பது, எது தனது விருப்பம் எனத் தேடிக் கண்டுபிடிக்கிறான். புத்தகத்தின் வழியே தனது ரசனையை, ஆளுமையை அறிந்து கொள்கிறான். பாலுணர்வு குறித்த கிளர்ச்சிகளும் கனவுகளும் புத்தகம் வழியாகவே அறிமுகமாகின்றன. உலகைப் பற்றிய வியப்பும் கேள்விகளும் புத்தகங்களின் வழியாகவே அறிமுகமாகின்றன. ஆகவே நூலகத்தில் இருந்தே எழுத்தாளர்கள் உருவாகிறார்கள்.

ஜார்ஜ் பெர்னாட்ஷாவின் புத்தகங்களை விரும்பி வாசித்த பிராட்பெரி தானும் அவரும் இரட்டையர்கள் என்பது போல உணர்ந்ததாகக் கூறுகிறார்.

பிராட்பெரியின் விஞ்ஞானக் கதைகளுக்கு மூலம் அவரது சொந்த வாழ்க்கையின் நினைவுகள், நிகழ்வுகள். அதைக் கால வெளியில் உருமாற்றம் செய்து புதிய புனைவாக உருவாக்குகிறார்.

சர்க்கஸ் அவருக்குப் பிடித்தமான உலகம். தானும் ஒரு சர்க்கஸ் கலைஞனாக மாற வேண்டும் என்று ஆசை கொண்டிருந்திருக்கிறார். ஆனால் அது நிறைவேறவில்லை. வறுமையான குடும்பச் சூழல் காரணமாக பேப்பர் போடும் பையனாக வேலை செய்திருக்கிறார். கதை எழுதி சம்பாதித்து வாழ வேண்டும் என்பதற்காகவே விதவிதமான சிறுகதைகளை எழுதி அனுப்பியிருக்கிறார். 24 வயதில்தான் அவருக்கான இடம் எழுத்துலகில் உருவாகத் துவங்கியது.

ஹெமிங்வேயிற்குப் பிறகு அமெரிக்க இலக்கியத்தில் அதிகம் பிரபலமான பெயர் பிராட்பெரி. அமெரிக்க வாசகர்கள் அவரது எழுத்தை தேடிப் படித்துக் கொண்டாடினார்கள்.

பிராட்பெரியின் A Sound of Thunder கதையில் டினோசர்களை வேட்டையாடச் சென்ற காலப்பயணி ஒருவன் எதிர்பாராத விதமாக ஒரு பட்டாம்பூச்சியை நசுக்கிவிடுவான். இதனால் உலகில் எதிர்பாராத பல மாற்றங்கள் உருவாகின்றன. எல்லா உயிர்களும் ஒன்றிணைந்து ஒரு சமநிலையை உருவாக்கியிருக்கின்றன. இதில் எது சீர்கெட்டுப் போனாலும்

உலகம் பாதிக்கப்படும் என்ற உண்மையை பிராட்பெரி அழகாக வெளிப்படுத்தியிருக்கிறார்.

எது உங்களது முதல் நினைவு என்ற கேள்விக்கு நான் பிறந்த நாளில் என்ன நடந்தது என்பது கூட நினைவில் இருக்கிறது. இது உளவியல் ஆய்வாளர்களுக்கு வியப்பளிக்கக் கூடும். ஆனால் என் வரையில் அது உண்மை. என்னால் துல்லியமாக அந்த நாளை நினைவு கொள்ள முடிகிறது. அதற்குக் காரணம், நான் தாயின் கர்ப்பத்தில் பத்து மாதங்கள் இருந்தேன். மற்றவர்கள் ஒன்பது மாதம் முடிந்தவுடன் பிறந்துவிடுவார்கள். ஒரு மாதம் அதிகம் இருந்த காரணத்தால் என் நினைவு முன்னதாகவே துவங்கிவிட்டது. இதை என் அம்மாவிடம் சொன்னபோது அவரால் கூட நம்பமுடியவில்லை. என்கிறார் பிராட்பெரி.

அம்மாவுடன் மூன்று வயதில் பார்த்த திரைப்படங்களின் நினைவுகளை மிக சுவாரஸ்யமாக விவரிக்கிறார். The Hunchback of Notre, Ben-Hur: A Tale of the Christ, Intolerance போன்ற படங்களைப் பார்த்துவிட்டு வீடு திரும்பி அந்தப் படத்தின் நினைவிலே வாழ்ந்து கொண்டிருந்ததையும் கூனன் போல நடந்து பார்த்த நினைவையும் சந்தோஷமாகக் கூறுகிறார்.

பிராட்பெரியின் சினிமா நினைவுகளை வாசிக்கையில் இதே அனுபவம் எனக்கும் நடந்திருப்பதை உணரமுடிந்தது.

என் அம்மாவும் இது போலவே சினிமா விரும்பிப் பார்ப்பார். சினிமாவின் முதல் நினைவுகள் யாவும் அம்மாவோடுதான் இணைந்திருக்கின்றன. அதுவும் அம்மா மாலைக்காட்சி மட்டுமே பார்ப்பார். இரவு சினிமா விட்டுப் பாதி இருண்ட வீதியில் நடந்து வீடு திரும்பும்போது சினிமா பற்றிப் பேசியபடியே வருவோம். சினிமா விளம்பரத்திற்காக வரும் தள்ளுவண்டி வீதியைக் கடந்து போகையில் நோட்டீஸ் கேட்டு வாங்கிச் சேகரித்திருக்கிறேன். சினிமா தலைப்புகளை வைத்து விளையாடுவோம். பார்த்த சினிமாவைப் பற்றிச் சிறார்கள் கூடிக் கதை பேசுவோம். எந்த தியேட்டரில் எப்போது எந்தப் படம் பார்த்தேன் என்பதைப் பதிவு செய்வதற்காக சினிமா டிக்கெட்டுகளைப் பத்திரமாகச் சேகரித்து ஒரு நோட்டு ஒன்றில் ஒட்டி வைத்திருந்தேன். அந்த நோட்டில்

படத்தின் பெயரை எழுதியிருந்தேன். ஒருமுறை பழைய வார இதழ்களைக் கடைக்குப் போடும்போது அந்த நோட்டையும் சேர்த்துப் போட்டுவிட்டார்கள். ஒரு பொக்கிஷம் தொலைந்து போனது போலவே உணர்ந்தேன்.

பால்யத்தில் பார்த்த திரைப்படங்களின் பெயர்கள் மறந்துவிட்டன. ஆனால். படத்தின் சில காட்சிகள், சில முகங்கள் நினைவில் இருக்கின்றன. குறிப்பாக திரையரங்கத்தின் நடுவில் இருந்த தூண் ஒன்று நினைவில் பசுமையாக இருக்கிறது. எந்த ஊரில் எந்தத் திரையரங்கத்தின் தூண் என நினைவில்லை. சிறுவயதில் படம் பார்க்கும் போது எதிரேயிருப்பவரின் முதுகு மறைக்கும். அல்லது தலை மறைக்கும், எட்டி எட்டிப் பார்க்க வேண்டியது வரும். தரை டிக்கெட் என்றால் இந்தப் பிரச்சனை கிடையாது. ஆகவே நிறையப் படங்களைத் தரை டிக்கெட்டில் பார்த்திருக்கிறேன்.

தனக்குள் எப்போதும் ஒரு சிறுவன் இருக்கிறான். அவனே தன்னை இயக்குகிறான். சிறுவனின் வியப்பும் வேடிக்கையுமே உலகை ரசிக்க வைக்கின்றன. என்கிறார் பிராட்பெரி. பொம்மைகளை நேசிக்கும் மனிதராகவே எப்போதுமிருக்கிறார் பிராட்பெரி.

Every time I go anywhere, I go to the toy store. Every Christmas I always told my wife to give me toys. There are two stuffed cats over there. There are stuffed animals all over my house. I love them. So I don't let my kids or my wife give me anything but toys. I love them. They cause you to use your imagination.

பிராட்பெரியின் வீடெங்கும் பொம்மைகள் நிறைந்திருக்கின்றன. கதைகளின் வழியே அந்தப் பொம்மைகளுடன் தான் உரையாடுவதாகக் கூறுகிறர்.

The Parrot Who Met Papa? என்ற சிறுகதையில் ஹெமிங்வே கியூபாவில் வசித்தபோது மதுவிடுதியில் இருந்த கிளி ஒன்றுக்குப் பேசக் கற்றுக் கொடுத்தாகவும் அந்தக் கிளி அவரைப் போலவே பேசக்கூடியது என்றும், அந்தக் கிளியிடம் ஹெமிங்வே தனது கடைசிக் கதையைச் சொன்னதாகவும் பிராட்பெரி எழுதியிருக்கிறார். பிராட்பெரியின் விருப்பத்திற்குரிய எழுத்தாளர்களில் டிக்கன்ஸ், ஹெமிங்வே இருவரும் முக்கியமானவர்கள்.

இரண்டாம் உலகப் போரின்போது நாஜிகளால் புத்தகங்கள் தீவைத்து எரிக்கப்பட்டன. நூலகங்களை அப்படியே கொளுத்தினார்கள். வீதியின் நடுவே புத்தகங்களைக் குவித்து எரிக்கும் காட்சிகளை இப்போதும் ஆவணப்படங்களில் காணமுடிகிறது. அந்த நினைவுகளில் இருந்தே புத்தகம் இல்லாத உலகம் எப்படியிருக்கும் என Fahrenheit 451 நாவலை பிராட்பெரி எழுதியிருக்கிறார். இந்நாவலில் புத்தகங்கள் உலகில் இருந்து முற்றாக அழிக்கப்பட்டாலும் அது வாசித்தவர்களின் மனதில் உயிர்வாழ்ந்து கொண்டேதானிருக்கும் என்ற உண்மை அழுத்தமாகச் சுட்டிக்காட்டப்படுகிறது. ஒவ்வொரு மனிதனும் தான் வாசித்த புத்தகம் ஒன்றின் நடமாடும் உருவமே என நாவலின் இறுதியில் விவரிக்கப்படுவது மிகவும் கவித்துவமானது. இந்நூல் வெளியானபோது தீயால் எரிக்கப்பட முடியாத காகிதம் மூலம் இதன் சிறப்பு பிரதிகளை அச்சிட்டிருந்தார்கள்.

எழுத்தைத் தவிர பிராட்பெரிக்கு கட்டிடக்கலையின் மீது அதிக ஆர்வம் உண்டு. அவரே பல முக்கியக் கட்டிடங்களை வடிவமைத்திருக்கிறார். இதுபோலவே சினிமாவின் பின்னணி இசை கேட்பதிலும், ஓவியத்திலும் அவருக்கு ஆர்வம் அதிகம்.

அவருக்கு மிகவும் பிடித்தமான ஓவியம், Georges-Pierre Seurat.வரைந்த A Sunday Afternoon on the Island of La Grande Jatte. தானும் அந்த ஓவியவெளியில் ஓய்வுஎடுக்க விரும்புவதாக பிராட்பெரி கூறுகிறார்.

ஒவ்வொரு நாளும் குறைந்தபட்சம் இரண்டாயிரம் வார்த்தைகள் எழுதுவேன். ஞாயிறு கூட விடுமுறையில்லை. மனச்சோர்வு என்பது சோம்பிக் கிடப்பவர்களின் வெளிப்பாடு. எழுதிக் கொண்டேயிருக்க வேண்டும். படிப்பு, இசை, எழுத்து என அயராமல் இயங்கிக் கொண்டேயிருக்க வேண்டும். அதுவே வாழ்வின்மீதான தனது பற்றுதல் என்கிறார் பிராட்பெரி.

தமிழில் பிராட்பெரியின் சிறுகதைகளில் ஒன்றிரண்டு மொழியாக்கம் செய்யப்பட்டிருக்கின்றன. அவரது ஃபாரென்ஹீட் 451 க்ரியா பதிப்பக வெளியீடாக வந்துள்ளது. இன்னும் அவரது புகழ்பெற்ற சிறுகதைகள் தமிழுக்கு

வரவேண்டும். அது புனைவின் புதிய சாத்தியங்களை நமக்கு அறிமுகம் செய்யும் என்பதே நிஜம்.

*****

17. அன்னையின் குரல்

நோபல்பரிசு பெற்ற பெண் எழுத்தாளர் கிரேசியா டெலடா (Grazia Deledda). இத்தாலியைச் சேர்ந்த இவர் ஐம்பதுக்கும் அதிகமான நாவல்களை எழுதியிருக்கிறார். இவரது The Mother என்ற நாவலை தி.ஜானகிராமன் மொழிபெயர்ப்பு செய்திருக்கிறார். மிக அற்புதமான நாவல்.

பாதிரியாக உள்ள தனது மகன் பால் ஒரு இளம் பெண்ணுடன் பழகுவதைத் தாங்கிக் கொள்ள முடியாத அன்னையின் தவிப்பே நாவல்.

கைம்பெண்ணாகப் பல ஆண்டுகள் வாழ்ந்த அந்த அன்னை, பால் மதகுருவாகப் பணியேற்றதும் மதகுருவின் தாய் என்ற புனித அடையாளத்தைப் பெறுகிறாள். ஆனால் திடீரெனத் தன் மகன் மனம் தடுமாறி இளம்பெண் ஒருத்தி வலையில் வீழ்ந்துவிட்டானே என்ற ஆதங்கம் அவள் மனதை வாட்டுகிறது. கூடவே தனது புனிதம் போய்விடுமே என்ற பதைபதைப்பும் ஏற்படுகிறது. இந்த மனக்குழப்பத்தில் அவள் நடந்து கொள்ளும் விதமும் அன்னையை பால் எதிர்கொள்ளும் முறையும் நாவலை அபாரமானதாக்குகிறது.

துணியில் பூவேலைப்பாடுகள் செய்யும் பெண்ணின் கைத்திறன் போல அத்தனை நுட்பமாக, அழகாக நாவலை கிரேசியா டெலடா எழுதியிருக்கிறார். சார்டின் தீவில் வசித்த கிரேசியா, வெளியுலகம் தெரியாமல் வாழ்ந்து வந்தார். சார்டின் தீவின் தேவதை என்றே அவளை டி.எச். லாரன்ஸ் கொண்டாடுகிறார். பெண்ணின் மனத்தவிப்பை இந்த அளவு நுணுக்கமாக யாரும் எழுதியதில்லை என லாரன்ஸ் கொண்டாடுகிறார்.

கிரேசியா டெலடாவை ஜானகிராமன் ஏன் மொழிபெயர்ப்பு செய்யத் தேர்வு செய்தார்? இது அவரது தேர்வு எனத் தோன்றவில்லை. பதிப்பகம் நாவலை மொழியாக்கம் செய்து தரும்படி தூண்டியிருக்கிறது.

இந்த நாவல் ஜானகிராமனின் அகஉலகைக் கொண்டிருக்கிறது என்பதே ஆச்சரியம். அம்மா வந்தாள்

நாவலில் வரும் அன்னையும் கிரேசியா டெலடாவில் வரும் அன்னையும் பொருத்திப் படித்துப் பார்த்தால் வியப்பாக இருக்கிறது. அது போலவேதான் அப்புவையும் பாலையும் ஒப்பிட்டுப் பார்க்கலாம். ஆழ்ந்து தோய்ந்து ஜானகிராமன் மொழியாக்கம் செய்திருக்கிறார்.

நாவலின் துவக்கத்தில் பால் இளம்பெண்ணைத் தேடிப் போனபிறகு வீட்டில் நிலைகொள்ள முடியாமல் இருந்த அன்னை தானும் அந்தப் பெண்ணின் வீட்டினைத் தேடிப் போகிறாள். இருட்டு, பாதை தெரியவில்லை. காற்று ஊளையிடுகிறது. தடுமாற்றத்துடன் நடந்து போகிறாள். அந்தப் பெண்ணின் வீட்டுக் கதவைத் தட்டி அழைக்கலாமா என யோசிக்கிறாள்.

பின்பு அவர்கள் பேசுவது ஏதாவது கேட்டுவிடாதா என வீட்டுச்சுவரில் காதை வைத்துக் கேட்டுப்பார்க்கிறாள். அந்த வீட்டிற்கு அவள் சின்ன வயதில் வந்த நினைவு பீறிடுகிறது.

ஊரே போற்றும் நல்லொழுக்கம் கொண்ட பால் ஏன் இப்படி மனம் தடுமாறிப் போனான். ஒரு பெண்ணின் வசீகரம் அத்தனை மகத்தானதா? அவளால் அந்த வீட்டின் முன்பாக நிற்கமுடியவில்லை. குழப்பத்தின் உச்சநிலையோடு வீடு திரும்புகிறாள்.

இரவில் பால் வீடு திரும்பியவுடன் அவனைக் கண்டிக்க வேண்டும் எனத் திட்டமிடுகிறாள். அப்போது அவளுக்கு ஒரு கனவு வருகிறது. அதில் பால் போலவே நெறிதவறி நடந்த பழைய பாதிரி வருகிறார். அவர் மனிதன் படைக்கப்பட்ட காரணமே சுகங்களை அனுபவிக்க மட்டும் தான் என வாதிடுகிறார்.

இரவில் காற்று நுழைவது போல சப்தமில்லாமல் பால் வீடு திரும்புகிறான். அவனிடம் அன்னை மன்றாடுகிறாள். இனி அந்தப் பெண் வீட்டிற்குப் போக மாட்டேன் எனச் சத்தியம் செய்து தந்துவிட்டு அந்த அறையை விட்டு வெளியேறுகிறான். அப்போது அன்னை பீறிட்டு அழுகிறாள்.

நாவலின் முக்கியமான இடமது.

அன்னை கேட்டது கிடைத்துவிட்டதே, பின் ஏன் அழுகிறாள்? தன் மகன் விரும்பியதை அடைய முடியாமல்

தானே தடுக்கிறேன் என்றா? இல்லை, தானும் இது போல விரும்பியதை அடையமுடியாமல் போன வாழ்க்கை கொண்டிருக்கிறோமே என்றா? மகனின் புனிதத்தைக் காப்பாற்றவும் அந்தப் பெண்ணைப் பாவத்தில் இருந்து ரட்சிக்கவுமே அப்படி நடந்து கொண்டதாகக் கருதுகிறாளா?

அவள் அழுவது பாலை சங்கடப்படுத்துகிறது. அந்த அழுகை அவன் குற்றவுணர்ச்சியை அதிகரிக்கிறது.

தியாகத்தின் வடிவமாக மட்டுமே கண்டுவந்த அன்னையிலிருந்து கிரேசியா உருவாக்கிய அன்னை மாறுபட்டவள். அன்னை என்றாலும் அவள் ஒரு பெண். அவளது தவிப்பும் ஆசைகளும் வெளியுலகால் புரிந்துகொள்ள முடியாதது. பாலின் செய்கை அவனை மட்டுமில்லை, தன்னையும் தூற்றச் செய்துவிடுமே என்றே அன்னை பயப்படுகிறாள்.

பால், அன்னை என இரண்டே முக்கியக் கதாபாத்திரங்கள். அவர்களுக்குள் பேசிக் கொள்வது குறைவே. ஆனால் மனவோட்டத்தை எப்படி இவ்வளவு துல்லியமாக கிரேசியா டெலடா எழுதினார் என்பது வியப்பளிக்கிறது.

இரவின் வனப்பை வான்கோ வரைந்துள்ளதை கண்டு வியந்திருக்கிறேன். கிரேசியாவின் எழுத்தில் வெளிப்படும் இரவு வான்கோவிற்கு நிகரானது.

இந்த நாவலை வாசித்துக் கொண்டிருக்கும்போதே மனதில் செல்மா லாகர்லெவ்வின் மதகுரு நாவல் வந்து கொண்டேயிருந்தது. பால், கெஸ்டா பெர்லிங் இருவரும் ஒருவரே. இருவரும் பாவத்தை விரும்புகிறார்கள். பாலைத் தடுத்து நிறுத்த ஒரு அன்னையிருக்கிறாள். ஆனால் கெஸ்டாவைத் தடுக்க யாருமில்லை.

உலக இலக்கியத்தில் கெஸ்டா பெர்லிங் அபூர்வமானதொரு கதாபாத்திரம். செல்மா லாகர்லெவ் ஸ்வீடனைச் சேர்ந்தவர். நோபல் பரிசுபெற்ற முதல் பெண் படைப்பாளி. இவரது கதையுலகமும், கிரேசியா டெலடாவின் கதையுலகமும் ஒன்று போலவேயிருக்கிறது. பாவம் செய்வது சரியா, எது பாவம், ஏன் பாவமாகக் கருதப்படுகிறது என்ற கேள்வியைச் சுற்றியே இருவரும் எழுதுகிறார்கள். ஆனால் வேறுவேறு நிலைப்பாடு எடுக்கிறார்கள்.

மதம் உருவாக்கி வைத்திருந்த ஒழுக்கக் கோட்பாடுகளை மீறும் மனிதர்களை இவர்கள் ஒதுக்குவதில்லை. அவர்களும் புனிதர்களே எனப் பல்வேறு நிகழ்வுகளின் மூலம் அடையாளப்படுத்துகிறார்கள்.

நாவலில் கெஸ்டா பெர்லிங் ஒரு சிறுமியை ஏமாற்றி அவளது மாவுமூட்டையை அபகரித்துப் போய்க் குடித்துவிடுகிறான். சூதாடுகிறான். முரட்டுத்தனமாக நடந்துகொள்கிறான். இப்படிக் கீழ்மையில் உழலும் கெஸ்டா உலகை கொண்டாட்டத்தின் விளைநிலமாகக் கருதுகிறான். கெஸ்டா போல பால் முரடனில்லை. ஆனால் கெஸ்டாவைவிடத் தீவிரமாகப் பெண்ணைக் காதலிக்கிறான். அன்பு செலுத்துவது தவறா என்ற கேள்வியே இருவரது மூலமாகவும் வெளிப்படுகிறது.

அந்தக் காலத்தில் பாதிரிகள் முகம் பார்க்கும் கண்ணாடி வைத்துக் கொள்ள அனுமதி கிடையாது. ஆகவே அவர்கள் முகம் பார்க்கும் கண்ணாடிமீது ஒரு மெல்லிய துணியைப் போட்டுக் கொண்டு அதன் வழியாகவே தன் முகம் பார்த்துச் சவரம் செய்து கொள்வார்கள். இந்த நாவலில் பால் நேரடியாகக் கண்ணாடியில் முகம் பார்த்துச் சீவிக் கொள்வதுடன் தன்னை அலங்காரமாக ஒப்பனை செய்து கொள்கிறான். நகங்களைக் கூட அழகுபடுத்திக் கொள்கிறான். அவனை உருமாற்றுவது காதல்.

தான் ஒரு பாதிரி என்பதை அவன் மறந்துவிடுகிறான். இரவு எப்போது வரும் எனக் காத்துக் கொண்டேயிருக்கிறான். அந்தப் பெண்ணை அணைத்துக் கொள்ளும் போதெல்லாம் சந்தோஷத்தில் திளைக்கிறான். ஆனால் வீடு திரும்பி வரும்வழியில் அவன் மனம் குற்றவுணர்ச்சியில் தள்ளாடுகிறது. அவனால் தேவாலயக் கோபுரத்தை நிமிர்ந்து பார்க்க முடியவில்லை. சொந்த வீட்டிற்குள் திருடனைப் போல நுழைகிறான்.

கிரேசியா டெலடா பள்ளிக்குச் சென்று முறையாகக் கல்வி பயிலவில்லை. தனி ஆசிரியர்கள் மூலமே கற்றுக் கொண்டார். சார்டின் தீவிலுள்ள விவசாயிகள், கூலிகள், ஏழை எளிய மக்கள் இவர்களுடன் பழகி அந்த அனுபவத்தையே அதிகம் எழுதியிருக்கிறார். தினமும் ஐந்து மணி நேரம் வீதம் ஆண்டுமுழுவதும் எழுதிக்

கொண்டேயிருந்திருக்கிறார். வருடம் ஒரு நாவல் என்பது அவரது எழுத்துமுறை. 1926ஆம் ஆண்டு அவருக்கு இலக்கியத்திற்கான நோபல் பரிசு வழங்கப்பட்டது.

மார்பகப் புற்றுநோயால் பாதிக்கப்பட்ட கிரேசியா தனது 64 வயதில் மரணமடைந்தார். அவரது கடைசி நாவல் மார்பக புற்றுநோயால் பாதிக்கப்பட்ட பெண்ணின் கதையாகவே எழுதப்பட்டிருக்கிறது.

கிரேசியா டெலடாவின் அன்னையும் செல்மா லாகர்லெவ்வின் மதகுருவும் ஒருசேர வாசிக்கப்பட வேண்டிய இரண்டு அற்புத நாவல்கள். இரண்டும் தமிழில் வெளியாகிப் பல ஆண்டுகள் ஆகிவிட்டன. ஆனால் இன்றும் போதுமான கவனமும் வாசிப்பும் பெறவில்லை என்பது வருத்தமளிக்கவே செய்கிறது.

*****

18. உருமாறும் புத்தகங்கள்

இத்தாலிய எழுத்தாளர் உம்பர்தோ ஈகோவும் பிரெஞ்சு எழுத்தாளரும் திரைக்கதை ஆசிரியருமான ஜீன் க்ளாட் காரியரும் சந்தித்துப் புத்தகங்கள் குறித்து உரையாடியதன் தொகுப்பாக வெளிவந்துள்ளது This is Not the End of the Book.

இரண்டு அறிவுஜீவிகளின் சந்திப்பும் உரையாடலும் எத்தனை ஆழமானதாக, விரிந்த தளத்தில் இருக்கும் என்பதற்கு இந்நூல் ஒரு உதாரணம். இருவரது பேச்சின் பொதுவிஷயமாக அமைந்திருப்பது நூலகமும் அரிய நூல்களும். இருவருமே முதன்முதலாக அச்சு இயந்திரங்கள் அறிமுகம் செய்யப்பட்ட 1500 காலகட்டத்தைச் சேர்ந்த அரிய நூல்களைத் தேடி சேகரம் செய்பவர்கள். இருவருமே புத்தகப்புழுக்கள்.

உம்பர்தோ ஈகோ தனது சேமிப்பில் 50000 புத்தகங்கள் இருப்பதாகவும் அதில் 1200 அரிய நூல்கள் எனக் குறிப்பிடுகிறார். காரியரோ தன்னிடம் நாற்பதாயிரம் புத்தகங்கள் இருப்பதாகவும் அவற்றில் 2000 மிகப்பழமையான பொக்கிஷங்கள் என்று கூறுகிறார்.

பதினாறாம் நூற்றாண்டில் அச்சடிக்கப்பட்ட நூல்களைத் தேடிச் சேகரிக்கும் புத்தக ஆர்வலர்கள் பலரிருக்கிறார்கள். அவர்கள் பழைய நூல் ஒன்றுக்குப் பத்துலட்சம் முதல் ஐம்பது லட்சம் வரை தரத் தயாராகயிருக்கிறார்கள். உண்மையில் அது பழைய நூல்தானா என மதிப்பிடுவதற்கும் வல்லுனர்கள் இருக்கிறார்கள். இந்த ஆர்வலர்களை ஏமாற்றி மோசடி செய்யும் கள்ளவணிகர்களும் ஐரோப்பாவில் அதிகம்.

அரிய நூல்வகைகள் ஏலத்திற்கு விடப்படும்போது bibliophile ஒன்று கூடுகிறார்கள். யாரிடம் எந்தப் பழைய நூல் இருக்கிறது என்பது அவர்களுக்குத் தெரியும். ஆயிரத்திற்கும் மேற்பட்ட அரிய நூல்களை வைத்திருப்பவனே அதில் பெரும் செல்வந்தனாகக் கருதப்படுகிறான்.

குட்டன்பெர்க் காலத்தில் எப்படி நூல்கள் அச்சிடப் பட்டன, விற்பனை செய்யப்பட்ட முறை எவ்வாறு இருந்தது

என்பதை இருவரும் சுவாரஸ்யமாக விளக்குகிறார்கள். ஜொஹானேஸ் குட்டன்பெர்க் 1455—ஆம் ஆண்டு பிப்ரவரி 23 ஆம் நாள் எழுத்துக் கோர்த்து அச்சடிக்கும் அச்சு முறையில் உலகின் முதல் புத்தகத்தை உருவாக்கினார். அது பைபிள் பிரதி. அவற்றில் தற்பொழுது 22 பிரதிகள் எஞ்சியிருப்பதாக நம்பப்படுகிறது. அவற்றில் ஒன்று கிடைத்தால் நீங்கள் கோடீஸ்வரர் ஆகிவிடுவீர்கள். அந்த அளவிற்குச் சந்தையில் போட்டியிருக்கிறது. 1480 களுக்குப் பிறகு ஐரோப்பாவெங்கும் 270 இடங்களில் அச்சகங்கள் உருவாகின.

க்ளாட் காரியர் பீட்டர் புரூக்கின் மகாபாரத நாடகத்திற்கும் திரைப்படத்திற்கும் எழுதியவர். இந்தியா மீது பெரும் மதிப்பும் அன்பும் கொண்டவர். லூயி புனுவலின் திரைக்கதை ஆசிரியர். ஆகவே அவர் சினிமாவிற்கும் எழுத்திற்குமான உறவு பற்றி அழகாக எடுத்துச் சொல்கிறார். இருவரது உரையாடலின்போது அரிய தகவல்கள், சுவாரஸ்யமான விஷயங்கள் நிறைய வெளிப்பட்டுள்ளன.

குறிப்பாக க்ளாட் காரியர் "Every great French author from Rabelais to Apollinaire has written at least one pornographic text. என ஒரு இடத்தில் குறிப்பிடுகிறார். பாலின்பத்தைப் பற்றிப் பேசாத பிரெஞ்சு எழுத்தாளரே கிடையாது. இருண்ட உலகைச் சித்தரிப்பதில் ஆர்வம் கொண்ட பிரெஞ்சு எழுத்தாளர்கள் பாலியல் தொழிலில் ஈடுபடும் பெண்களின் உலகம் பற்றி அதிகம் எழுதியிருக்கிறார்கள்.

கவிதைகளை மனப்பாடம் செய்வது மறதிக்கு எதிரான நினைவைத் தூண்டும் பயிற்சியாகும். எவர் மனதில் கவிதைகள் நிரம்பியிருக்கிறதோ அவருக்கு நினைவு இழப்பு ஏற்படாது என்கிறார் உம்பர்தோ ஈகோ. புத்தகங்களின் கடந்த காலம் நிகழ்காலம் எதிர்காலம் குறித்து இருவரும் மிகுந்த ஆர்வத்துடன் உரையாடியிருக்கிறார்கள். அத்துடன் ஐரோப்பியக் கலைமரபு குறித்தும், பிரெஞ்சு சினிமா குறித்தும் தங்கள் பார்வையைப் பகிர்ந்து தருகிறார்கள்

மின்புத்தகங்களின் வருகையால் அச்சிடப்பட்ட புத்தகங்கள் அழிந்து போய்விடும். எதிர்காலத்தில் நூலகத்தில் அச்சிடப்பட்ட நூல்களே இருக்காது. ஈ புக்

படிப்பது மட்டுமே வழக்கமாக இருக்கும் என்ற பயம் மெல்ல உலகெங்கும் பரவிவருகிறது. ஒரு நாளைக்கு ஏழு முதல் எட்டு மணி நேரம்வரை கம்ப்யூட்டர் திரையை வெறித்துப் பார்த்துப் பார்த்துக் கண்கள் வீங்கிப்போன இந்தத் தலைமுறையினர் புத்தகங்களையும் தொடுதிரையில்தான் வாசிக்க விரும்புகிறார்களா என்ற கேள்வி விவாதத்திற்கு உள்ளாகியுள்ளது.

படுக்கையில் படுத்தபடியோ, பயணத்திலோ, சாய்வு நாற்காலியில் சாய்ந்தபடியோ புத்தகம் வாசிக்கும் சுகம் ஈடு இணையற்றது என்ற குரல் இன்னொரு பக்கம் ஒலித்துக் கொண்டேயிருக்கிறது.

மொழியியல் பேராசிரியரும் ஆய்வாளருமான உம்பர்தோ ஈகோ தனக்கு அச்சு நூல்களை வாசிப்பதே விருப்பமாகயிருக்கிறது என்கிறார்.

புத்தகங்களைக் கண்ணால் பார்ப்பதே சுகம். கையில் எடுத்துப் படிப்பது ஒருவிதம் என்றால் இன்னொரு விதம் நமக்குப் பிடித்தமான புத்தகங்களைக் காணுவது. எனது நூலகத்திற்குள் சென்று புத்தகங்களை ஏறிட்டுப் பார்த்தபடியே மெய்மறந்து நிற்பேன். அந்த இன்பத்தைப் புரிய வைக்கமுடியாது என்கிறார் க்ளாட் காரியர்

வேறு ஒரு இடத்தில்

The book is like the spoon, scissors, the hammer, the wheel. Once invented, it cannot be improved. You cannot make a spoon that is better than a spoon. When designers try to improve something like the corkscrew, their success is very limited; most of their "improvements" don't even work. Philippe Starck attempted an innovative lemon-squeezer; his version was very handsome, but it lets the pits through. The book has been thoroughly tested, and it's very hard to see how it could be improved on for its current purposes. Perhaps it will evolve in terms of components; perhaps the pages will no longer be made of paper. But it will still be the same thing. என உம்பர்தோ ஈகோ குறிப்பிடுகிறார். இது உண்மை. புத்தகத்தின் உருவம் மாறலாம். ஆனால் புத்தகம் வழியாகக் கிடைக்கும் அனுபவம், அறிவு, ஞானம் ஒரு போதும் மாறப்போவதேயில்லை.

19.எழுதப்படாத கதைகள்

ஆன்டன் செகாவ் தன் வாழ்நாளில் 600க்கும் மேற்பட்ட சிறுகதைகளை எழுதியிருக்கிறார். மேலும் எழுதவிரும்பிய கதைக்கருக்களைத் தனது நோட்புக்கில் குறித்து வைத்திருக்கிறார். செகாவின் நோட்புக் தனிநூலாக வெளியாகியுள்ளது. சிறுகதை எழுத விரும்புகிறவர்களுக்கு இது ஒரு அற்புதமான துணை நூல்.

குறிப்பாக, வித்தியாசமான கதாபாத்திரங்களை எப்படி வாழ்விலிருந்து தேர்வு செய்கிறார், எது போன்ற சம்பவங்களைக் குறித்து வைத்திருக்கிறார் என்பது முக்கியமானது. ஓவியர்கள் தினசரி வாழ்வு குறித்து ஸ்கெட்ச்புக்கில் வரைந்து வைத்திருப்பது போலத் தன் கண்முன்னே கடந்துபோன வாழ்வை சிறிய குறிப்புகளாக்கி ஆவணப்படுத்தியிருக்கிறார் செகாவ். நாடகமேடைக் குறிப்புகள், தனிச்சந்திப்புகள், மருத்துவ அனுபவங்கள், நண்பர்களைப் பற்றிய குறிப்புகள் என அவரது டைரியின் மாற்றுவடிவம் போலுள்ளது இந்த நோட்புக்.

லியோ டால்ஸ்டாய்க்கும் செகாவிற்குமான நட்பைப் பற்றிய குறிப்புகளின் வழியே அவர்களுக்குள் எவ்வளவு ஆழ்ந்த அன்பும் நெருக்கமும் இருந்திருக்கிறது என்பதை நன்றாக உணரமுடிகிறது. இளம் எழுத்தாளர்களை டால்ஸ்டாய் கவனத்துடன் வாசித்திருக்கிறார்.

செகாவ். கார்க்கி போன்ற பலரையும் தனது பண்ணைக்கு அழைத்து விருந்து கொடுத்து அவர்களின் சிறுகதைகள் பற்றிப் பேசி உற்சாகப்படுத்தியிருக்கிறார். செகாவிற்கும் டால்ஸ்டாயின் மகள்களுக்குமிடையே நல்ல நட்பும் நேசமும் இருந்திருக்கிறது. அவர்கள் ஒன்றாக நடைப்பயிற்சிக்கு போவதைக் கண்டு டால்ஸ்டாய் சந்தோஷம் அடைந்து தனது டைரியில் சிறுகுறிப்பாக எழுதி வைத்திருக்கிறார்.

செகாவின் கதைக் குறிப்புகளை வாசிக்கும்போது இன்னும் ஆயிரம் கதைகளை அவரால் எளிதாக எழுதிவிட முடியும் என்றே தோன்றுகிறது.

சிறுகதை எழுதுவது நாவல் எழுதுவதை விடவும் சவாலானது. மொழியைக் கையாளுவதிலும், கதைகளை விவரிப்பதிலும் மிகுந்த கட்டுப்பாடும் லயமும் ஒருமையும் தேவை.

சிறுகதை ஆசிரியர்கள் பேராசை கொண்டவர்கள். எதையும் கதையாக்கிவிட முயற்சிப்பார்கள். அதிலும் குறிப்பாக இளம் சிறுகதை ஆசிரியன் வேசிகள், திருடர்கள், தற்கொலை, வன்முறை பற்றி எழுதுவதில் எப்போதும் கூடுதல் ஆர்வம் கொண்டிருப்பான். அநேகமாக எல்லா சிறுகதை ஆசிரியர்களும் இந்தக் கதைக்கருக்களைக் கொண்டு நிச்சயம் ஏதாவது ஒன்றிரண்டு சிறுகதை எழுதியிருப்பார்கள்.

எளிய சம்பவங்களை எழுதுவதே சிரமமானது. புகைப்படம் எடுப்பது போல துல்லியமாக ஒரு கதாபாத்திரத்தை உருவாக்கிவிட்டால் மட்டும் போதாது. மாறாக, கதாபாத்திரங்களின் உணர்ச்சிநிலைகளை, வெளிப்படுத்தும் முறையை, சொல்லியும் சொல்லாமலும் விடும் இடைவெளிகளை கச்சிதமாக உருவாக்கிவிட்டால் போதும், கதை தானே உயிர்பெற்றுவிடும்.

கதையின் துவக்கம் என்பது எழுத்தாளனுக்குத் தான் முக்கியமானது. வாசகன் கதையின் எந்த வரியில் துவங்குவான் என்பது புதிரே. அது போலவேதான் கதையின் முடிவும். கதை முடிந்தபிறகும் வாசகன் அதைத் தொடரவே விரும்புகிறான். அதன் மாற்று சாத்தியங்களை மனதில் உருவாக்கிப் பார்க்கிறேன். கதை அவனளவில் ஒரு தூண்டுதல் மட்டுமே.

செகாவ் எழுதிய பெரும்பான்மைக் கதைகள் உறவின் சிக்கல்களையே பேசுகின்றன. பெண் கதாபாத்திரங்களே அதிகம். ஒரு சிறுகதைக்கும் முப்பதுக்கும் மேற்பட்ட கதாபாத்திரங்களைக் கூட செகாவ் கொண்டுவந்திருக்கிறார். செகாவை வாசிப்பது இளம் எழுத்தாளர்களுக்கு சிறந்த பயிற்சி என்றே சொல்வேன்.

இந்த நோட்புக்கில் என்னைக் கவர்ந்தவை ஏராளம்.

தன் வாழ்நாள் முழுவதும் பிரபலங்களுக்கு மொட்டைக்கடிதம் எழுதுகிற ஒரு ஆளைப்பற்றிய குறிப்பு

ஒன்றை செகாவின் பதிவில் வாசித்தேன். கதை எழுதத் தூண்டுதலான கதைக்கரு.

இது போலவே நாற்பது வருஷங்கள் சமையல்வேலை செய்துவரும் ஒருவன் ஒருமுறைகூடத் தான் சமைத்த உணவைச் சாப்பிட்டதில்லை என்றொரு கதைக்கருவைக் குறித்து வைத்திருக்கிறார்.

வீட்டு எஜமானர்கள் இறந்த பிறகும் ஏன் மரம் செழித்து வளருகிறது என்றொரு குறிப்பை வாசித்தபோது வியப்பாக இருந்தது.

தோட்டமிடுவதில் செகாவிற்குத் தீவிரமான ஈடுபாடு இருந்தது. விதவிதமான பூச்செடிகளைத் தேர்வு செய்து வளர்த்து வந்தார். அந்தச் செடிகளைப் பற்றிய குறிப்புகளையும் பதிவு செய்திருக்கிறார். ரஷ்ய எழுத்தாளர்களில் துர்கனேவ்தான் தோட்டம் பற்றி அதிகம் எழுதியவர். அவரது நாவல்களில் பூந்தோட்டம் மையக்கதாபாத்திரம் போலவே அமைந்திருக்கும்.

அந்தக் காலத்தில் சிறுகதைகளுக்குப் பத்திரிகைகள் மிகவும் முக்கியத்துவம் கொடுத்து வெளியிட்டன. 1920களில் ஸ்காட் பிட்ஜெரால்ட் ஒரு சிறுகதைக்காக 4000 டாலர் சன்மானமாகப் பெற்றுள்ளார். 1950களில் ஜான் அப்டைக் ஒரு வருஷத்திற்கு ஐந்து சிறுகதைகளை நியூயார்க்கர் இதழுக்கு எழுதித் தந்துவிட்டு தன் ஒரு ஆண்டுக் குடும்பத்திற்கான செலவுக்கான தொகை பெற்றார். பிளேபாயில் இரண்டு சிறுகதைகள் வெளியானால் ஜாலியாக உலகப்பயணம் போய்வரலாம் என்ற நிலை அன்றிருந்தது. செகாவிற்கு ஒரு சிறுகதைக்கு ஆயிரம் ரூபிள் சன்மானமாகக் கிடைத்திருக்கிறது. அது மிகப்பெரிய தொகை.

புகைப்படங்களில் செகாவின் தோற்றம் அலாதியானது. அவர் எப்போதுமே நேரடியாகக் கேமிராவைப் பார்த்துக் கொண்டிருப்பார். அவரது பார்வையும் தோற்றமும் வெகுவசீகரமானது. நண்பர்களுடன் கூடியிருக்கும் புகைப்படத்தில் கூட அவரது பார்வை நேர்கொண்டதாகவேயிருக்கும். அது போலவே அவரது உடைகளும் கச்சிதமானவை. சிறப்புக் கவனம் எடுத்து உடைகளைத் தேர்வு செய்வதுடன் நேர்த்தியாக அவற்றை

அணிவதும் வழக்கம், பிரபலமான ஓவியர்களை அவரது உருவச்சித்திரத்தை வரைந்திருக்கிறார்கள். பத்திரிகைகளுக்காக அவரது தோற்றம் கேலிச்சித்திரமாகவும் பலமுறை வரையப்பட்டிருக்கிறது. அவற்றை செகாவ் ஆசையோடு சேகரித்து வைத்துக் கொண்டிருந்தார்.

செகாவிடமிருந்து சிறுகதையின் நுட்பங்களை நிறைய கற்றுக் கொள்ளலாம். அதற்காக அவரைத் தேடி வாசியுங்கள்.

*****

20.பனியில் ஒரு யாத்திரை

1974 ஆம் ஆண்டு இயக்குனர் வெர்னர் ஹெர்சாக்கிற்கு பாரீஸில் இருந்து ஒரு தொலைபேசி வந்தது. அதில் அவரது நண்பரான லோட்டே ஐஸ்னர் என்ற எண்பது வயதுப் பெண்மணி மரணப் படுக்கையில் இருக்கிறார், இன்னும் ஒரு சில தினங்களில் இறந்து போய் விடுவார் என்று தகவல் தெரிவிக்கப்பட்டது

தனது தோழி சாகக் கூடாது, அவரைச் சாக விடமாட்டேன் என்று லோட்டே ஐஸ்னரைக் காண ம்யூனிச் நகரிலிருந்து பாரீஸிற்கு பாதயாத்திரை ஒன்றை மேற்கொண்டார் இயக்குனர் வெர்னர் ஹெர்சாக் (WernerHerzog).

கடுங் குளிர்காலத்தில் 840 கிலோமீட்டர் தூரத்தை இருபத்தியேழு நாட்களில் நடந்து சென்றிருக்கிறார்.

தான் நேசிக்கும் ஒருவர் நலம் அடைய வேண்டி புனிதப்பயணம் மேற்கொள்வது தொன்றுதொட்டு வரும் மரபு. பெரும்பாலும் புனித ஸ்தலங்களுக்கு இப்படி நடைப்பயணம் மேற்கொள்வார்கள். ஆனால் ஹெர்சாக் தனது பிரார்த்தனையை மனதில் சுமந்தபடி பாரீஸ் மருத்துவமனையில் அனுமதிக்கப்பட்டிருந்த லோட்டேயைக் காண 840 கிலோமீட்டர் நடந்து சென்றார். இந்த அரிய அனுபவத்தைச் சிறிய நூலாக வெளியிட்டிருக்கிறார்.

Of Walking in Ice என்ற இப் புத்தகம் ஹெர்சாக்கின் பயணத்தில் ஏற்பட்ட பல்வேறு அனுபவங்களை விவரிக்கிறது.

ஹெர்சாக்கின் திரைப்படங்களும் இது போன்ற சாத்தியமற்ற விஷயங்களைச் சாத்தியப்படுத்தும் முயற்சிகளே. போராட்டக் குணமே ஹெர்சாக்கின் இயல்பு.

உலக அரங்கில் ஜெர்மானிய சினிமாவிற்குப் புதிய அடையாளத்தை உருவாக்கியவர் லோட்டே ஐஸ்னர். யூதரான இவர் ஹிட்லரின் நாஜிக் கொடுமைக்குப் பயந்து நாட்டை விட்டுத் தப்பி பாரீஸில் குடி புகுந்தார். அங்கிருந்தபடியே இளம் இயக்குனர்களின் படங்களைத்

தேடிப்பிடித்துப் பார்த்து அவற்றைச் சர்வதேச அரங்கில் கவனம் பெறச் செய்தார். தொடர்ந்து சினிமா விமர்சனங்களை எழுதியிருக்கிறார். முக்கிய ஜெர்மானிய இயக்குனர்கள் குறித்துப் புத்தகங்களும் எழுதியிருக்கிறார்.

Cinémathèque Française என்ற அமைப்பை உருவாக்கியவர்களில் இவரும் ஒருவர். திரைப்பட ஆவணக் காப்பகங்களின் சேகரிப்பாளராகப் பணியாற்றிய நாட்களில் சிறந்த ஜெர்மானியப் படங்களைச் சேகரித்து ஆவணப்படுத்தினார்.

ஒரு சிறிய பயணப்பை, ஒரு திசைகாட்டி, வரைபடங்கள், குளிராடை, கொஞ்சம் பணம் இவ்வளவு தான் ஹெர்சாக் வீட்டிலிருந்து புறப்பட்டபோது வைத்திருந்தார். வெளியே பருவநிலை மோசமாக இருந்தது. பிரதான சாலையை விட்டு விலகி நடக்கத் துவங்கிய பிறகு ஹெர்சாக் ஒரு பறவையைப் போல உணர்ந்ததாகக் கூறுகிறார்.

எங்கே தங்கப் போகிறோம். ஒரு நாளில் எவ்வளவு தூரம் நடக்கப்போகிறோம், என்ன இடர்ப்பாடுகள் வரும் என எதுவும் தெரியாது. மனதில் ஒரே பிரார்த்தனை, லோட்டேயின் உயிர் காப்பாற்றப்பட வேண்டும்.

பனிக்காற்று கடுமையாக வீசிய சாலையில் தனி ஆளாக நடந்தார். முதல்நாள் இரவு கிடைத்த இடம் ஒன்றில் தங்கிக் கொண்டார். இந்தப் பயணத்தின் போது சாலையில் கார்கள் ஏன் இவ்வளவு சப்தமாகச் செல்கின்றன, இவ்வளவு கார்கள் எப்படி வந்தன என வியந்து போனதாகவும் காரில் சென்று வந்த இத்தனை வருஷங்களில் இதைத் தான் உணரவேயில்லை என்றும் குறிப்பிடுகிறார்.

அத்துடன் சாலையோரம் நின்றபடியே காரில் செல்லும் யாராவது தன்னை ஏற்றிக் கொண்டு போவார்களா எனக் காத்திருக்கும் மனிதர்களை அப்போதுதான் உண்மையாகப் புரிந்து கொண்டதாகக் கூறுகிறார். காற்றும் பனியும் முடிவற்ற நிலப்பரப்பும் அவரை உத்வேகம் கொள்ளச் செய்கின்றன. கால் வலியைப் பொருட்படுத்தாமல் நடக்கிறார். காட்டுமரங்களையும் பனிக்காலத்து கிராமங்களின் தனிமையையும், முதியவர்களின் கவலை தோய்ந்த முகங்களையும் கடந்து போகிறார்.

அவரது பயணத்தில் விதவிதமான மனிதர்களைச் சந்திக்கிறார். சிலர் அவரை வரவேற்று உணவு தந்து உபசரிக்கிறார்கள். இப்படி ஒரு மனிதன் ஒரு உயிரைக் காக்க நடக்கிறானே என்று வியக்கிறார்கள். சில இடங்களில் தங்க இடமின்றி இடிபாடுகளுக்குள் தங்குகிறார். அவரோடு ஒரு பூனையும் சேர்ந்து உறங்குகிறது. கடுமையான பனிப்புயலில் சிக்கிக் கொள்கிறார். அடைக்கலம் தரும் வீடுகளில் உள்ள பெண்களின் அன்பையும் உபசரிப்பையும் வியந்து எழுதியிருக்கிறார். பயணத்தின்போது ஒரு மரத்தில் அண்டக்காக்கை ஒன்று தனியே நிற்பதைக் காண்கிறார். அதுவும் தன்னைப் போலவே இருப்பதாக உணர்கிறார். பனியில் நடந்து நடந்து காலில் வெடிப்புகள் உருவாகின்றன. குதிங்கால் பிடித்துக் கொள்கிறது. தொடைகளில் வலி உருவாகிறது. ஆனால் அவர் உறுதியான மனதோடு நடந்து கொண்டேயிருக்கிறார். ஒரு இடத்தில் நல்ல மழை. எதிரேயுள்ள சாலை தெரியவில்லை. விடாமல் பெய்யும் மழையில் மாட்டிக் கொள்கிறார். நனைந்தபடியே போக்கிடம் இன்றித் தவிக்கிறார்.

இன்னொரு இடத்தில் காலைச்சூரியனின் வெம்மையை அனுபவித்தபடியே பனிக்காலத்தில் பறவைகள் பாடும் பாடலை ரசிக்கிறார். எளிய விவசாயிகள், கூலிகள், சிறு தொழிலாளர்கள் எனப் பலரையும் வழியில் சந்தித்துக் கடந்து போகிறார். ஒவ்வொரு இரவிலும் லோட்டேயை நினைத்துப் பிரார்த்தனை செய்து கொள்கிறார்.

ஒரு இடத்தில் வெள்ளை மயில் ஒன்றைக் காண்கிறார் ஹெர்சாக். அது தன் தோகையை விரித்து ஆடுகிறது. பயணத்தின் வழியே அவர் வாழ்க்கையின் நிஜத்தை அறிந்து கொள்கிறார்.

பாரீஸை நெருங்க நெருங்க அவரது கால்கள் தள்ளாடுகின்றன. மனஉறுதியோடு மருத்துவமனைக்குப் போகிறார். இதற்குள் லோட்டேயிடம் ஹெர்சாக்கின் பயணம் பற்றி முன்னதாகத் தெரிவித்திருக்கிறார்கள். தனக்காக ஒருவர் இவ்வளவு தூரம் நடந்தே வந்திருக்கிறார் என்று நோயுற்ற நிலையிலும் நெகிழ்ச்சியோடு வரவேற்று கைகளைப் பற்றிக் கொள்கிறார். லோட்டேயை சந்தித்த ஹெர்சாக் அவர் நெடுங்காலம் வாழ வேண்டும் என்று வாழ்த்துகிறார்.

அந்த வாழ்த்து உண்மையாகியது. அதன் பிறகு எட்டு ஆண்டுகள் லோட்டே உயிருடன் வாழ்ந்தார். தனது மரணத்தின் சில மாதங்கள் முன்பாக அவர் ஹெர்சாக்கைச் சந்திக்க வரும்படி அழைத்திருக்கிறார்.

அந்தச் சந்திப்பின்போது தனக்கு இப்போது பார்வை போய்விட்டது. வாழ்நாள் எல்லாம் நேசித்த புத்தகங்களையும் சினிமாவையும் விட்டு விலகி விட்டேன். இனி இந்த வாழ்க்கைக்கு என்ன பயன்? என் உயிரைக் காப்பாற்றி வைத்திருப்பது உனது பிரார்த்தனை மட்டுமே. நீ அதை விலக்கிக் கொண்டுவிடு. நிம்மதியாக இறந்து விடுகிறேன் என்றார் லோட்டே.

அக்குரலில் இருந்த தவிப்பைப் புரிந்துகொண்ட ஹெர்சாக் உங்கள் விருப்பம் அதுவென்றால் என் பிரார்த்தனையை விலக்கிக் கொள்கிறேன் என்றார். இது நடந்த சில மாதங்களில் லோட்டே இறந்து விட்டார்.

எந்த சினிமா பின்புலமும் இல்லாமல் சுயமாக சினிமா கற்றுக்கொண்டு தனது சம்பாத்தியத்தில் படம் எடுக்கத் துவங்கியவர் ஹெர்சாக். அவரது முதற்படத்தைத் தற்செயலாகப் பார்த்த லோட்டே அது மிகச்சிறந்த படம் எனப் பல்வேறு திரைப்பட விழாக்களுக்குச் சிபாரிசு செய்ததோடுத ஹெர்சாக்கைத் திரைப்பட விழாக்களுக்கு அழைக்கவும் செய்தார். அந்த நாட்களில் ஹெர்சாக் அவரை நேரில் கண்டதேயில்லை. புகழ்பெற்ற இயக்குனராக உருவான பிறகே அவர் லோட்டேயைச் சந்தித்தார். லோட்டேயின் முயற்சியால் ஹெர்சாக் சர்வதேச அரங்கில் மிக முக்கிய இயக்குனராக அடையாளம் காணப்பட்டார். அந்த நன்றிக்கடனே இப்படியொரு யாத்திரை செய்ய வைத்தது.

இந்த நிகழ்வு ஒருவருக்காக மற்றவர் செய்யும் பிரார்த்தனை நிச்சயம் பலிக்கும் என்பதற்கான சாட்சியம் போலிருக்கிறது. நன்றியை ஒருவர் எப்படி வெளிப்படுத்துகிறார் என்ற வியப்பையும் உருவாக்குகிறது.

தனது நீண்ட பயணத்தின் முடிவில் லோட்டேயை நேரில் ஹெர்சாக் காணும் பகுதியை வாசிக்கும்போது நம் மனது கனத்துப் போய்விடுகிறது.

இந்தச் சிறிய நூலை அப்படியே ஒரு திரைப்படமாக எடுக்கலாம். எந்த மொழியில் எடுக்கப்பட்டாலும் இந்தப்படம் நிச்சயம் வெற்றிபெறும்.

ஹெர்சாக் என்ற மகத்தான இயக்குனர் தனது திரைப்படங்களில் மட்டுமில்லை, சொந்த வாழ்விலும் வெகு உண்மையாக இருந்திருக்கிறார். இளம் இயக்குனர்களுக்கு ஹெர்சாக் சொல்லும் ஒரே அறிவுரை இதுவே:

"Read, read, read, read, read, read, read, read, read, read, read, read, read...if you don't read, you will never be a filmmaker."

— Werner Herzog

*****

21. அகிரா குரசேவாவின் திரைக்கலை

இயக்குனர் பாலு மகேந்திரா மிகச்சிறந்த திரைப்பட நூல்களைத் தனது நூலகத்தில் வைத்திருந்தார். ஒருமுறை அவரிடம் எந்தப் புத்தகத்தை மிகவும் அதிகமான தடவை வாசித்திருக்கிறார் என்று கேட்டபோது அவர் Hitchcock - François Truffaut என்று சொல்லி அதன் பிரதியைக் கையில் கொடுத்தார். அது ஹிட்ச்காக்கோடு பிரெஞ்சு இயக்குனர் பிரான்சுவா த்ருபோ நடத்திய உரையாடல்களின் தொகுப்பு. அதை வாசித்திருக்கிறேன் என்று பாலு மகேந்திராவிடம் சொன்னேன்.

அவர் உற்சாகத்துடன் அதே நூலின் இரண்டு மூன்று பிரதிகள் தன்னிடமிருக்கின்றன. வீட்டில், அலுவலகத்தில், ஏன் கழிப்பறை அலமாரியில் கூட அதன் பிரதி இருக்கிறது. ஒவ்வொரு இயக்குனரும் அவசியம் வாசிக்க வேண்டிய புத்தகமது. ஹிட்ச்காக்கின் படங்களை மட்டுமின்றி ஒரு திரைப்படத்தின் பல்வேறு தளங்களை, இழைகளை, குறியீடுகளை அறிந்து கொள்வதற்கு மிகச்சிறந்த வழிகாட்டியாக இருக்கிறது என்றார். பின்பு அதே நூலைப் பல்வேறு இயக்குனர்களின் அறையிலும் நான் பார்த்திருக்கிறேன். தமிழில் அந்நூல் முழுமையாக வெளியாகவில்லை. சில பகுதிகளை முன்பு நிழல் சினிமா இதழ் வெளியிட்டிருந்தது.

இது போல உலகத் திரைப்படங்களைப் புரிந்து கொள்வதற்குச் சில ஆதார நூல்கள் உள்ளன. அவற்றின் வழியே திரை அழகியலை, நுட்பங்களை நாம் ஆழ்ந்து அறிந்து கொள்ளலாம்

திரைப்படம் குறித்து எழுதப்பட்ட நூல்களை நான்கு விதமாகப் பிரிக்கலாம். ஒன்று, கோட்பாடுகள் மற்றும் தத்துவம் சார்ந்து சினிமாவை அணுகி ஆழ்ந்து விமர்சிக்கும் வகையில் எழுதப்பட்டவை. இரண்டாவது, சினிமா எப்படி உருவாகிறது என்று அதன் திரைக்கதை, கேமிரா, எடிட்டிங், இயக்கம் என்று தொழில்நுட்ப விஷயங்களை விளக்கிச்

சொல்லும் புத்தகங்கள். மூன்றாவது, திரையுலக வாழ்க்கை, திரை அழகியல் சார்ந்த ரசனை மற்றும் திரைப்படம் குறித்த சிந்தனைகள் கொண்ட நூல்கள். நான்காவது, பத்திரிகைகளில் வெளியான திரைப்பட விமர்சனங்களின் தொகுப்பு, பரிந்துரைக்கும் படங்கள், மற்றும் இயக்குனர்கள் பற்றிய அறிமுக நூல்கள்.

உலக அளவில் கல்விப்புலம் சார்ந்த ஆய்வாளர்கள் திரைப்படம் பற்றி நிறைய நூல்களை எழுதியிருக்கிறார்கள். அதுவும் அமெரிக்கப் பல்கலைக்கழகங்களில் திரைப்படம் பயிலுகிறவர்கள், ஆய்வு செய்கிறவர்கள் இந்தியத் திரைப்படம் உள்ளிட்ட பல்வேறு தேசங்களின் திரையுலகம் குறித்து விரிவாக எழுதி வருகிறார்கள்.

உலக சினிமாவின்மீது தீவிர ஈடுபாடு கொண்டவர்கள் வாசிக்க வேண்டிய நூல்கள் எனச் சில நூல்கள் தொடர்ந்து பட்டியலிடப்படுகின்றன. என் வாசிப்பில் முக்கியமானவை என நான் கருதும் சில புத்தகங்களை நேரம் கிடைக்கும் போதெல்லாம் திரும்பத் திரும்ப வாசிப்பது வழக்கம். அதில் முதன்மையானது டொனால்டு ரிச்சி (Donald Richie) எழுதிய The Films of Akira Kurosawa.

அகிரா குரசேவா படங்களின் கட்டமைப்பு, திரைமொழி, குறியீடுகள், தொழில்நுட்ப சாதனைகள் என்று பல்வேறு தளங்களையும், அழகியலையும் இயக்குனரின் தனித்துவத்தையும் அறிந்து கொள்வதற்கு உதவும் மிகச்சிறந்த புத்தகமது.

1965 பிப்ரவரி 1 ஆம் தேதி இந்நூல் வெளியானது. குரசோவாவின் திரைப்படங்களைப் புரிந்துகொள்வதற்கு இன்றுவரை இதுவே சிறந்த நூலாகக் கருதப்படுகிறது. அகிரா குரசேவா பற்றி விரிவாக ஆங்கிலத்தில் வெளியான முதற்நூலாகவும் இது கருதப்படுகிறது.

அமெரிக்கரான டொனால்டு ரிச்சி 1947 இல் ஜப்பானுக்குச் சென்றார். சின்னஞ்சிறு வேலைகள் செய்துகொண்டு அங்கேயே வசிக்கத் துவங்கினார். ஜப்பானியக் கலை மற்றும் சினிமாமீது அவர் கொண்டிருந்த ஆர்வம் காரணமாக ஸ்டுடியோக்களுடன் தொடர்பு ஏற்பட்டது. அதன் வழியாக இயக்குனர் ஒசுவின் நட்பு உருவானது. ஜப்பானிய சினிமாவை உலக அரங்கில் கொண்டு

செல்ல வேண்டும் என்பது குறித்த செயல்பாடுகள் துவங்கிய காலமது. ரிச்சி அதற்கு முக்கிய உறுதுணையாக விளங்கினார். இன்று உலக அரங்கில் ஜப்பானிய சினிமா பெற்றுள்ள இடம் ரிச்சியின் தொடர் செயல்பாட்டின் விளைவே.

ஜப்பான் முழுவதும் பயணம் செய்து அதன் பண்பாடு மற்றும் கலைகள் குறித்துத் தொடர்ந்து எழுதி வரத்துவங்கினார் ரிச்சி. குறிப்பாக, மரபுக்கலைகள், ஓவியங்கள், இசை, நாடகம் குறித்து விரிவாக அறிந்து கொண்டார். அது போலவே டோக்கியோ நகரின் வாழ்க்கை மற்றும் பெருநகர வளர்ச்சியின் அடையாளங்கள் குறித்தும் விரிவாக ஆராயத் துவங்கினார்.

ஜப்பானிய சினிமாவின் முக்கியத்துவம் மற்றும் அழகியல் குறித்து ரிச்சி அமெரிக்க இதழ்களில் கட்டுரைகள் எழுதினார். ஒசுவின் திரைப்படங்கள் குறித்த அவரது கட்டுரைகள் மிகுந்த பாராட்டினைப் பெற்றன. மேற்கத்திய திரைப்படங்களுக்கு மாற்றான அழகியலை ஜப்பானிய சினிமா எவ்வாறு உருவாக்கியது என்பதை விமர்சகர்கள் புரிந்துகொள்ளத் துவங்கினார்கள்.

சினிமாவைப் பற்றி எழுதியதோடு மட்டுமின்றி நேரடியாக ஜப்பானிய சினிமாவிலும் பங்களிப்பு செய்யத்துவங்கினார். திரைக்கதை ஆசிரியராகவும் ஆவணப்பட இயக்குனராகவும் விளங்கினார். Akira Kurosawa M¡ Throne of Blood (1957), Red Beard (1965), Kagemusha (1980) and Dreams (1990) ஆகிய படங்களுக்கு ஆங்கிலச் சப்டைட்டில் உருவாக்கத்தை ரிச்சியே மேற்கொண்டார். தனது 86 ஆவது வயதில் ரிச்சி இறந்தபோது ஜப்பானியத் திரையுலகமே ஒன்றுகூடி தனது அஞ்சலியை செலுத்தியது.

ஜப்பானிய சினிமாவின் வரலாற்றையும். சமகால ஜப்பானிய திரைப்படங்கள் பற்றியும் முக்கியமான புத்தகங்களை எழுதியிருக்கிறார். A Hundred Years of Japanese Film - A Concise History, Ozu His Life and Films, The Japanese Movie. An Illustrated History Japanese Cinema: Film Style and National Character, The Donald Richie Reader: 50 Years of Writing on Japan போன்றவை அவரது முக்கியமான பிற நூல்கள்.

••

டொனால்டு ரிச்சியின் புத்தகத்தினைத் திறந்தால் ஒரு பக்கம் கையில் வாளுடன் அகிரா குரசேவா படம். அதன் கீழேஅதே போஸில் கையில் வாளுடன் தொஷிரே மிபுனே படம். ஒரு இயக்குனரை நடிகர் எவ்வளவு துல்லியமாகப் பிரதிபலிக்க முடியும் என்பதன் உதாரணம் போல அந்தப் புகைப்படம் இருக்கிறது. எத்தனை முறை பார்த்தாலும் அப்படம் தரும் பரவசம் அப்படியே இருக்கிறது. இரண்டு படங்களில் குரசேவா உதட்டில் மெல்லிய புன்னகை ஒளிர்கிறது. ஆனால் மிபுனேயிடம் தீவிரமான கண்கள் மற்றும் இறுக்கமான உதடு காணப்படுகிறது. குரசேவாவின் தொப்பி அவரது அடையாளங்களில் ஒன்று.

முகப்புப் பக்கம் ஒன்றில் அகிரா குரசேவா எப்படிப்பட்டவர் என்பதற்கு உதாரணமாக அமைந்துள்ள சிறிய உரையாடல் ஒரு பக்கம் அளவிற்குப் பதிப்பிக்கப்பட்டிருக்கிறது. அதை எழுதியிருப்பவர் அவரது திரைக்கதையாசிரியர் சியாகி (Chiaki). செவன் சாமுராய் படம் பொருளாதாரச் சிக்கலில் மாட்டி எடுக்கப்படாமல் போய்விடுமோ என்ற நிலை ஏற்பட்டபோது அவர்களுக்குள் நடந்த உரையாடலது. அதன் கடைசிப்பத்தியில் குரசேவா கோல்ப் விளையாடும் போது பந்தை வேகமாக அடிக்கிறார். அது இலக்கற்றுப் போகிறது. ஆனால் சியாகி கச்சிதமாகப் பந்தை அடிக்கிறார். "ஏன் தன்னால் அப்படிப் பந்தை சரியாக அடிக்க முடியவில்லை?" என்று குரசேவா கேட்கிறார் அதற்குச் சியாகி தரும் பதில்:

"சினிமா இயக்கும்போது நீங்கள் ஒரு வேதாளம் போலச் செயல்படுகிறீர்கள். ஆனால் மற்ற நேரங்களில் அந்தச் சக்தி எங்கே மறைந்து போகிறது என்று தெரியவில்லை. ஒரு சிறுமியைப் போல கோல்ப் பந்தை அடிக்கிறீர்கள்" என்று சொல்கிறார்.

அதற்கு குரசேவா சொல்லும் பதில்:

"எல்லாவற்றிலும் நான் முழுத் திறமையைக் காட்டமுடியாது தானே. ஏதாவது ஒன்றில்தான் முழுமையாகத் தன் திறமை வெளிக்காட்ட முடியும்" என்கிறார். சினிமாதான் அகிரா குரசேவாவின் முழுமையான திறமை வெளிப்பட்ட இடம். திரையில் அவர் உருவாக்கிய விந்தை இன்றும் அப்படியே தொடர்கிறது. காலத்தால் பின்தள்ளமுடியாத கலைப்படைப்புகளாக அவை ஒளிர்கின்றன.

குரசேவாவின் சினிமா என்பது ஜப்பானிய பண்பாட்டின், வரலாற்றின். நினைவுகளின் தொகுப்பு. ஜப்பானிய வாழ்க்கையின் பல்வேறு நிலைகளை அவர் தனது திரைப்படத்தில் வெளிப்படுத்தியிருக்கிறார். சாமுராய்கள் என்ற போர் வீரர்கள் குறித்து உலகம் அறிந்து கொண்டதும் கொண்டாடியதும் குரசேவாவின் சினிமாவிற்குப் பிறகே.

குரசேவாவின் முதற்படம் துவங்கி ரெட்பியர்டு வரை இதில் ஆராயப்பட்டிருக்கின்றன. ஒவ்வொரு கட்டுரையிலும் ஆரம்பமாக அந்தத் திரைப்படம் குறித்த அறிமுகம், அதன் தொடர்ச்சியாக STORY AND TREATMENT என்ற பகுதி, அடுத்து CHARACTERIZATION என்று கதாபாத்திரங்களை எப்படி உருவாக்கியுள்ளார் என்பதை விரிவாக ஆராய்கிறார். கடைசியாக CAMERA. INFLUENCES. STYLE என அதன் திரைமொழி மற்றும் வெளிப்பாட்டு முறைகள் குறித்த ஆய்வினை மேற்கொள்கிறார். இந்தப் பகுதிகளுக்கு உரிய புகைப்படங்கள், ஓவியங்கள் இணைக்கபட்டிருப்பது இதன் தனிச்சிறப்பு.

1954 இல் செவன் சாமுராய் வெளியானது. சாமுராய்கள் பற்றிய படங்கள் ஜப்பானில் முன்னதாகவே வெளிவந்துள்ளன. ஆனால் அவற்றில் சாமுராய்கள் சில காட்சிகளில் மட்டுமே சித்திரிக்கப்பட்டார்கள். ஒன்றிரண்டு திரைப்படங்கள் அவர்களின் காதல் மற்றும் பகையை முதன்மைப்படுத்தி உருவாக்கப்பட்டிருக்கின்றன. ஆனால் அகிரா குரசேவா வறுமையில் வாடும் சாமுராய்களை முதன்மைப்படுத்தித் தனது படத்தை உருவாக்கியிருக்கிறார்.

பசி தான் அவர்களை வழிநடத்துகிறது. உணவு கிடைக்கும் என்பதற்காகத் தான் அவர்கள் கிராமத்தைக் காப்பாற்றப் போகிறார்கள். விவசாயிகளுக்கும் பசித்த சாமுராய்களுக்கும் இடையில் நட்பு உருவாகிறது. ஏழு சாமுராய்களும் ஏழு வகையான மனிதர்கள்.

சாமுராய்களை யதார்த்தமாகக் காட்டவேண்டும். குறிப்பாக, அவர்களைப் பற்றிய பொதுபிம்பத்தை மறுஉருவாக்கம் செய்ய வேண்டும், சரித்திரப்படங்கள் என்றாலே போர்க்களம், மன்னர்கள் என்ற எண்ணத்தை மாற்றியமைக்க வேண்டும் என்றே குரசேவா விரும்பினார்.

படத்தில் சாமுராய்கள் தான் வித்தியாசப்படுத்தப்பட்டு அறிமுகமாகிறார்கள். கொள்ளைக்காரர்களுக்குத் தனித்துவமில்லை. அவர்கள் கூட்டமாகவே வருகிறார்கள். சண்டையிடுகிறார்கள்.

சிமுரா என்ற மூத்த சாமுராய் ஒரு துறவியைப் போலவே படம் முழுவதும் நடந்து கொள்கிறார். நிதானம். அனுபவத்திலிருந்து திட்டமிடுவது. கவனமாகச் செயல்படுவது. விவசாயிகள் தங்களை மறந்துவிட்டார்கள் என்றபோதும் அது குறித்து வருத்தப்படாத மனநிலை. தாங்கள் பிழைத்திருப்பதே பெரிய விஷயம் என நினைப்பது என அவர் போர்வீரனும் துறவியும் கலந்த மனிதராகவே சித்திரிக்கப்படுகிறார்.

கிராமத்திலுள்ள பார்வையற்ற முதியவர் காலத்தின் அடையாளம் போலவே சித்திரிக்கப்படுகிறார். அவரிடம் தான் கிராமவாசிகள் ஆலோசனை கேட்கிறார்கள். அவரது முகம் க்ளோசப் காட்சிகளில் கிரேக்கத் தெய்வம் போல தோற்றம் அளிக்கிறது.

கொள்ளையர்களிடம் இருந்து விவசாயிகளைக் காப்பாற்ற முயலும் சாமுராய்கள் அவர்கள்மீது பரிதாபம் கொள்வதில்லை. ஒரு காட்சியில் மிபுனே கிராமத்து விவசாயிகள் நம்மை ஏமாற்றுகிறார்கள். தானியத்தை வைத்துக்கொண்டே இல்லை என்று பொய் சொல்லுகிறார்கள். அவர்கள் நம்மைத் திட்டமிட்டே ஏமாற்றுகிறார்கள் என்று கோபம் கொள்கிறான்.

இறுதியில் கொள்ளையர்களுடன் சாமுராய்கள் சண்டையிடும் காட்சிகளில் எவ்வளவு ஷாட்டுகள் உள்ளன, எப்படி அந்தச் சண்டையின் வேகத்தைக் குரசேவா அதிகப்படுத்தினார், எத்தனை மாறுபட்ட கோணங்கள் காட்டப்படுகின்றன என்று ரிச்சி அழகாக விளக்குகிறார்.

படத்தின் இறுதிக்காட்சியில் விவசாயிகள் மீண்டும் நடவு நடத் துவங்குகிறார்கள். படத்தின் மிகவும் உயிர்ப்புமிக்க காட்சியது. விவசாயிகளின் சந்தோஷமும் இசையும் ஒன்று சேருகின்றன. கிராமம் தன் இயல்பிற்குத் திரும்புகிறது. கவிதையின் உச்சநிலை போன்ற காட்சியது. இனி அந்தக் கிராமத்திற்குச் சாமுராய்கள் தேவையில்லை. அவர்கள் விடைபெறுகிறார்கள். வழக்கமான திரைப்படங்கள்

கொள்ளையர்களைக் கொன்று முடிப்பதுடன் முடிந்துவிடக்கூடியவை. அதற்குப் பிறகான இக்காட்சிகளே படத்தின் தனித்துவம். அதுதான் குரசேவாவின் கலைவெளிப்பாடு.

செவன் சாமுராய் படம் இருநூறு நிமிசங்கள் ஓடக்கூடியது. முழுமையான அந்தத் திரைப்படம் 1954இல் சில இடங்களில் மட்டுமே காட்டப்பட்டன. அதன்பிறகு அதன் சுருக்கப்பட்ட வடிவம் (160 நிமிஷங்கள்) ஜப்பான் முழுவதும் திரையிடப்பட்டன. பின்பு அதையும் சுருக்கியே வெளிநாடுகளுக்கு அனுப்பினார்கள்.

அகிரா குரசேவாவின் மறக்கமுடியாத திரைமனிதர்களை, அவர்களின் உலகை, அதை உருவாக்கிய விதத்தை ரிச்சி மிக விரிவாக, ஆழமாக விளக்குகிறார்.

டொனால்டு ரிச்சி போன்ற ஒருவரால் ஒரு தேசத்தின் சினிமாவையே தூக்கி நிறுத்திவிட முடிகிறது. உலக அங்கீகாரத்தைப் பெறவைக்க முடிகிறது. ஐம்பது ஆண்டுகாலம் தொடர்ந்து ஜப்பானிய சினிமாவை, கலைகளை முதன்மைப்படுத்தி எழுதியும் பேசியும் வந்தார் ரிச்சி. அதுவே அவரது ஆளுமையின் அடையாளம்.

*****

22. திரைக்குப் பின்னால்

ஹாலிவுட்டின் பிரபல இயக்குநர் சிட்னி லூமட் எழுதிய Making Movies அவரது திரையுலக வாழ்க்கை மற்றும் திரைக்கலையின் நுட்பங்களை விவரிக்கக் கூடியது. சிட்னி லூமட் இயக்கிய 12 Angry Men (1957), Serpico (1973), Dog Day Afternoon (1975), Network (1976) and The Verdict (1982) போன்ற படங்கள் குறிப்பிடத்தக்கவை.

ஒரு திரைப்படத்தை இயக்குவதற்கான வாய்ப்பு உங்களுக்கு வந்தால் ஒருபோதும் மறுத்துவிடாதீர்கள். உங்களது தயக்கங்கள் யாவும் தேவையற்றவை. சினிமா ஒரு கூட்டு உழைப்பு. அதிலும் முதற்படம் என்பது யாராலும் முடிவு செய்ய முடியாதது. சினிமா இயக்க வேண்டும் என்ற ஆசைப்பட்ட அனைவருக்கும் அந்த வாய்ப்பு கிடைத்துவிடவில்லை. உங்களுக்குக் கற்பனையும் கடின உழைப்பும் இருந்தால் போதும், சினிமாவை, கற்றுக்கொண்டு விடலாம். நல்ல தொழில்நுட்பக் கலைஞர்களின் உதவியும் ஒருங்கிணைப்பும் உங்கள் படத்தைச் சிறப்பதானதாக்கிவிடும். ஆகவே சினிமா இயக்கம் என்பது ஒருவருக்குக் கிடைக்கும் பேரதிர்ஷடம் என்கிறார் சிட்னி லூமட்.

நாடக இயக்குநராக இருந்த அவருக்குத் திரையுலகின் கதவுகள் திறந்தபோது அவர் யோசிக்கவேயில்லை. வெற்றி தோல்விகளைப் பற்றிய கவலையின்றிக் களம் இறங்கினார்.

எப்படி ஒரு கதையைத் திரைப்படமாக்கத் தேர்வு செய்கிறார் என்பதற்கு லூமட் சொல்லும் விளக்கம் அற்புதமானது. சினிமாவில் எந்தக் கதை வெற்றியடையும் என்று யாராலும் கணிக்க முடியாது. உங்களுக்கு அந்தக்கதை பிடித்திருக்கிறதா, படமாக்கத் தூண்டுகிறதா என்பதுதான் முக்கியம்.

வெற்றிபெற்ற படங்கள் இவ்வளவு பெரிய வெற்றியைப் பெறும் எனக் கதையை வைத்துக் கணக்கிட முடியாது. அப்படியே தோல்வியும். மெலோடிராமா உள்ள கதைகள் படமாக்குவதற்கு ஏற்றவை என்பதே தனது அனுபவம் என்கிறார் லூமட்.

நாடகவுலகில் எழுத்தாளர்தான் முக்கியமானவர். அவரது பிரதியைத்தான் மேடையேற்றப்போகிறார்கள்.ஆகவே எழுத்தாளர் ஒரு நட்சத்திரம் போல நடத்தப்படுவார். சில நேரம் நாடகத்தில் ஒரு வாக்கியத்தை மாற்றினால் கூட எழுத்தாளர் கோபம் கொண்டுவிடுவார். சினிமா அப்படியில்லை. அது திரை நட்சத்திரங்களின் உலகம். அவர்கள் விரும்பாவிட்டால் ஒரு நிமிஷத்தில் எவரும் மாற்றப்பட்டுவிடுவார்கள். அது இயக்குநராக இருந்தாலும், எழுத்தாளராக இருந்தாலும் ஒன்றுதான். ஒன்றிரண்டு நடிகர்களே திரைக்கதையில் தன்னை ஈடுபடுத்திக் கொள்கிறவர்கள். மற்றவர்கள் இயக்குநர் சொல்வதைக் கேட்டு நடிப்பவர்களே என்கிறார் லூமட்.

படத்தின் செலவைக் கட்டுப்படுத்த என்ன செய்வது. படப்பிடிப்புத் தளத்தில் என்ன நடக்கும். இயக்குநரின் பொறுப்புகள் எவை என்பதைப் பற்றித் தனது அனுபவத்தின் மூலம் விரிவாக விளக்குகிறார் லூமட்

12 Angry Men படத்தை மொத்தம் 18 நாட்களில் முடித்திருக்கிறார். ஆனால் அதற்கான ஒத்திகை இரண்டு மாதங்கள் நடந்திருக்கிறது.ஒரே அறையில் நடக்கும் கதை என்பதால் படமாக்குவது பெரிய சவாலாக இருந்தது. திரும்பத் திரும்ப நடிகர்கள்மீதே காட்சிகள் நகர்ந்து கொண்டிருக்கும். அதைச் சரிக்கட்ட வெளியே மின்னல் வெட்டுவது போலப் புறச்சூழலை உருவாக்க வேண்டியதாகியது. வெக்கையும் இறுக்கமும் அமைதியின்மையும் ஒன்று கலந்த சூழலை நடிகர்களின் உணர்ச்சி வெளிப்பாடு மூலம் அழகாகப் பொருத்தியிருந்தது குறிப்பிடத்தக்கது.

தனது படங்கள் யாவும் நீதிமன்றத்தை, நீதியை முதன்மைப்படுத்தியதே. ஒருவகையில் ஒரு இயக்குநர் வேறுவேறு திரைப்படங்களாக எடுத்தபோதும் அவரது உள்ளார்ந்த விருப்பம் அவரை அறியாமல் படங்களில் வெளிப்படவே செய்யும்.

படப்பிடிப்புத் தளத்தில் பதற்றம் ஆவதன் மூலம் படப்பிடிப்பு தாமதமாகவே நடக்கும்.

தேவையற்ற பிரச்சனைகளும் ஏற்படும். விளையாட்டு வீரர்களுக்குத் தெரியும், பதற்றம் ஆனால் நிச்சயம் காயம்

ஏற்படும் என்று. ஆகவே முடிந்த அளவு இயக்குநர் பொறுமையுடன் காத்திருக்க வேண்டும்.

எழுத்தாளர்களுடன் பணியாற்றுகிறபோது எழுதிக் கொடுக்கப்பட்ட வரிகளை எப்படிப் படமாக்க வேண்டும் என்பது இயக்குநரின் முடிவாக இருக்க வேண்டும். அதில்தான் ஒரு இயக்குநரின் தனித்திறமை வெளிப்படுகிறது.

ஒரு இயக்குநராக நிறைய வசனங்கள் கொண்ட காட்சி தனக்குப் பிடிக்கும். அந்தக் காட்சிகள் நடிகர்களுக்குச் சவாலானவை. இயக்குநர் அது போன்ற காட்சிகளைக் கையாளுவது கடினம். ஆனால் தன்னால் நீண்ட வசனம் கொண்ட காட்சியைச் சிறப்பாகப் படமாக்க முடியும் என்கிறார் லூமட்.

தயாரிப்பாளரின் கட்டுப்பாடுகள், நெருக்கடிகள் குறித்துச் சண்டையிட்டுக் கொண்டேயிருந்தால் படம் எடுக்க முடியாது. Murder on the Orient Express படத்தில் ஒரு குறிப்பிட்ட காட்சியை ஏன் படமாக்கவில்லை என்று தயாரிப்பு நிர்வாகி கோபமாகக் கேட்டார். அதை இனிமேல்தான் படமாக்கப் போகிறனே் என்று சொல்லிச் சமாளித்தார் லூமட். உண்மையில் அக்காட்சி தேவையற்றது என்று நீக்கிவிட்டார். அதன் படப்பிடிப்பும் முடிந்துவிட்டது. படத்தை எடிட் செய்து காட்டியபோது தயாரிப்பாளருக்கோ, நிர்வாகிக்கோ அந்தக் குறிப்பிட்ட காட்சி தேவைப்படவில்லை. இப்படிச் சமாளிப்பதை விட்டு முன்னதாகச் சண்டையிட்டால் தன்னால் படத்தை விட்டு வெளியேற வேண்டியதாகியிருக்கும் என்கிறார் லூமட்.

Making Movies நூலில் உள்ளவை இருபத்தைந்து ஆண்டுகளுக்கு முந்தைய ஹாலிவுட்டின் நடைமுறை அனுபவங்கள். இன்று ஹாலிவுட் பெரிதும் மாறியிருக்கிறது. ஆனால் லூமெட்டின் அனுபவங்களிலிருந்து ஒரு இயக்குநர் தனக்குத் தேவையான பல்வேறு விஷயங்களைக் கற்றுக் கொள்ள முடியும், தவிர்க்க முடியும் என்பதாலே இன்றும் இந்நூல் முக்கியமானதாக வாசிக்கப்படுகிறது.

*****

23. ரஷோமானின் திரைக்கதை

ஒரு திரைக்கதை எப்படி உருவாகிறது என்பதை அறிந்துகொள்ள விரும்புகிறவர்கள் அகிரா குரசேவாவின் திரைக்கதையாசிரியர் ஷினோபு ஹஷிமோடோ எழுதிய Compound Cinematics: Akira Kurosawa and I என்ற புத்தகத்தை அவசியம் வாசிக்க வேண்டும்.

இந்நூலின் வழியே அகிரா குரசேவா எவ்வாறு திரைக்கதையை எழுதுகிறார் என்பதை அறிந்து கொள்வதுடன் அவருடன் இணைந்து பணியாற்றிய திரைக் கதையாசிரியர்கள் எவ்வாறு பங்களிப்புச் செய்தார்கள் என்பதையும் துல்லியமாக அறிந்து கொள்ளமுடிகிறது.

அகிரா குரசேவாவின் ரஷோமான் படத்தின் திரைக்கதை ஆசிரியராக அறிமுகமானவர் ஹஷிமோடோ.

திரையுலகத்தோடு எந்தத் தொடர்பும் இல்லாத ஹஷிமோடோ காசநோய் சிகிச்சைக்கான மையம் ஒன்றில் சில காலம் தங்கியிருந்தபோது அருகிலுள்ள படுக்கையிலிருந்த ஒருவர் சினிமா இதழ் ஒன்றை அவரிடம் படிக்கக் கொடுத்தார்.

அதில் ஒரு ஜப்பானியப் படத்தின் திரைக்கதை வெளியாகியிருந்தது. திரைக்கதை எழுதுவது இவ்வளவு எளிதானதுதானா என வியந்த ஹஷிமோடோ தானும் அது போன்ற திரைக்கதை ஒன்றைத் தனது போர்க்கால அனுபவங்களில் இருந்து எழுத முற்பட்டார்.

இரண்டு மாத காலத்தில் விரும்பியது போன்றே ஒரு திரைக்கதையை எழுதி முடித்தார். ஆனால் யாரிடம் கொடுப்பது, எப்படித் திரையுலகினரை அணுகுவது என்று எதுவும் தெரியாது. ஆகவே அன்று திரையுலகில் பிரபலமாக இருந்த திரைக்கதையாசிரியர் மனசாகு இதாமியைப் பற்றி அறிந்துகொண்டு அவரது முகவரிக்குத் தனது திரைக்கதையை அனுப்பி வைத்தார்.

ஒரு பதிலும் வரவில்லை. இரண்டு ஆண்டுகள் கடந்து போயின. அவ்வளவுதான் தனது திரைக்கதை என நினைத்துக் கொண்டு ரயில்வே நிர்வாகத்தில் வேலை

செய்து கொண்டிருந்த நாள் ஒன்றில் இதாமியிடமிருந்து அழைப்பு வந்தது.

அவ்வளவு பெரிய திரைக்கதையாசிரியர் தனது திரைக்கதையை வாசித்து அது குறித்துப் பேச அழைத்துள்ளதைக் கண்டு வியந்து குறித்த நேரத்தில் டோக்கியோ சென்று அவரைச் சந்தித்தார் ஹஷிமோடோ.

இதாமி ஜப்பானிய சினிமாவில் தனியிடம் பெற்றிருந்த காலமது. எப்போதும் பரபரப்பாக இயங்கிக் கொண்டிருந்தார். அந்தப் பணிகளுக்கு நடுவே ஹஷிமோடோவைச் சந்தித்து உரையாடினார்.

திரைக்கதை மிகவும் நன்றாகயிருக்கிறது எனப்பாராட்டிய இதாமி. இது போன்று புதிய திரைக்கதைகளைத் தொடர்ந்து எழுதுங்கள். விருப்பமிருந்தால் புகழ்பெற்ற எழுத்தாளர்கள் கதைகளையும் திரைக்கதையாக்க முயற்சியுங்கள் என்று வாழ்த்து தெரிவித்தார்.

அந்த உற்சாகம் ஹஷிமோடோவைத் தொடர்ந்து எழுதத் தூண்டியது. ஜப்பானின் புகழ்பெற்ற எழுத்தாளரான அகுதகவாவின் சிறுகதைத் தொகுப்பு ஒன்றை வாங்கி அதிலிருந்த கதைகளுக்கு திரைக்கதை எழுத முனைந்தார் ஹஷிமோடோ.

1914இல் அகுதகவாவினால் எழுதப்பட்ட "இன் எக் குரோவ்" எனும் சிறுகதை அவருக்கு மிகவும் பிடித்திருந்தது. அக்கதையை மையமாகக் கொண்டு திரைக்கதை ஒன்றை எழுத ஆரம்பித்தார்.

பன்னிரண்டாம் நூற்றாண்டை கதைக்களனாகக் கொண்ட இக்கதை ஒரு சாமுராய், அவனது அழகான மனைவி, ஒரு வழிப்பறித்திருடன் மற்றும் ஒரு மரவெட்டி ஆகிய நான்கு முக்கிய கதாபாத்திரங்களைக் கொண்டிருந்தது. சாமுராயின் மனைவிமீது ஆசை கொண்ட வழிப்பறித்திருடன் அவளை அடைவதற்காக எவ்வாறு சாமுராயை மடக்கிச் சண்டையிட்டுக் கொல்கிறான் என்பது படத்திற்கான மையக்கருவாகத் தோன்றியது.

மூன்று நாட்களில் திரைக்கதை எழுதும் பணியை முடித்தார் ஹஷிமோடோ. மொத்தம் 93 பக்கங்கள் கொண்டதாக அந்தத் திரைக்கதை இருந்தது. இதை அகிரா

குரசேவாவின் பார்வைக்கு அனுப்புவது என்று தீர்மானித்த ஹஷிமோடோ நண்பர் ஒருவர் மூலம் குரசேவாவிற்குக் கிடைக்கும்படி அனுப்பி வைத்தார்.

சில மாதங்களின் பின்பு குரசேவா அலுவலகத்திலிருந்து திரைக்கதை தேர்வாகியுள்ளது. நேரில் வரவும் என்றொரு தபால் அட்டை ஹஷிமோடோவின் வீட்டிற்கு வந்திருந்தது.

அந்தத் தபால் அட்டை அவரை மிகுந்த மகிழ்ச்சி கொள்ளச் செய்தது. குறிப்பிட்ட நாளில் டோக்கியோவில் இருந்த குரசேவா வீட்டிற்குச் சென்றார் அங்கே குரசேவாவின் வயதான தந்தை அவரை வரவேற்று ஹாலில் அமர வைத்தார். ஆறடிக்கும் மேலான உயரத்துடன் இருந்த குரசேவா அறைக்குள் வந்து தன்னை அறிமுகம் செய்து கொண்டார். அப்போது ஹஷிமோடோவின் வயது 31. குரசேவாவின் வயது 39.

ஹஷிமோடோவிடம் நேரடியாகத் தனக்குத் திரைக்கதை பிடித்திருக்கிறது. ஆனால் திரைப்படம் உருவாக்கும் அளவிற்குப் போதுமான காட்சிகள் இல்லை. ஆகவே திரைக்கதையைச் சற்று விரிவுபடுத்த வேண்டும் என்றார்.

உடனே ஹஷிமோடோ அப்படியானால் ரஷோமான் கதையை இணைத்துவிடலாம் என்று சொன்னார்.

ஏன் அப்படிச் சொன்னார் என்று அவருக்கே தெரியாது. ஆனால் அந்த யோசனை பிடித்திருப்பது போலக் குரசேவா தலையாட்டியபடி, அதை இணைத்துப் புதிய திரைக்கதையை எழுதிக் கொண்டு வாருங்கள் என்று விடைகொடுத்தார்.

ரயிலில் வீடு திரும்பும் வழியில் இரண்டு கதைகளையும் எப்படி ஒன்று சேர்ப்பது என்று யோசித்தபடியே வந்தார். ஒன்றுக்கு ஒன்று தொடர்பற்றிருந்த இரண்டு கதைகளை எப்படி ஒரே திரைக்கதைக்குள் கொண்டுவருவது எனப் புரியவில்லை. அடுத்த சில நாட்கள் பல்வேறு விதமாக யோசித்தபோது ரஷோமான் கதையை இணைக்கமுடியவில்லை.

சாமுராய் மற்றும் அவனது மனைவியின் கடந்தகாலத்தைப் பெரியதாக்கினால் திரைக்கதை விரிவாகிவிடும் என்று தோன்றியது. ஆனால் அப்போதும் ரஷோமானை இணைக்கமுடியாது. இந்தப் பிரச்சனை அவரை இம்சிக்கத்

துவங்கியது. இரவு பகலாக விதவிதமாக யோசித்தார். எப்படியும் வழி கண்டறிய முடியவில்லை

குரசேவாவிடம் ஏன் திடீரென ரஷோமான் என்று சொன்னேன் என அதையே திரும்பத் திரும்ப யோசித்துக் கொண்டிருந்தார்.

மூன்று மாத காலம் கடந்தபோதும் இரண்டு கதைகளையும் ஒன்று சேர்ந்துப் புதிய திரைக்கதையை எழுத இயலவில்லை. இதற்கிடையில் அவருக்குக் கால் முறிவு ஏற்பட்டு நடக்கமுடியாமல் போனது. அதற்கான சிகிச்சைகள் மேற்கொண்டுவந்தார்.

ஒருநாள் அகிரா குரசேவாவிடமிருந்து ஒரு தபால் வந்திருந்தது. அதில் திருத்தப்பட்ட திரைக்கதைப் பிரதியும் ஒரு கடிதமும் இருந்தன. அந்தத் திரைக்கதை பிரதியை அவசரமாக வாசித்தார் ஹஷிமோடோ.

குரசேவா தனது திரைக்கதை வடிவத்தில் ரஷோமான் கதையை மிக அழகாக இணைத்திருந்தார்.

அதாவது படம் ரஷோமான் நுழைவாயிலில் துவங்குகிறது. மழைக்குக் கோட்டை வாயிலில் ஒதுங்கும் நால்வர் தாங்கள் சாட்சிகளாகப் பங்கேற்ற ஒரு கொலைவழக்கைப் பற்றிப் பேசிக்கொள்ளத் துவங்குகிறார்கள். அதன் வழியே முந்தைய சாமுராய் கதை கச்சிதமாக இணைக்கப்பட்டிருந்தது. தலைப்பும் ரஷோமான் என்று பொருத்தமாக வைக்கப்பட்டிருந்தது. ஹஷிமோடோ. தனது திரைக்கதைக்கு Male and Female என்று தலைப்பு வைத்திருந்தார்.

படத்தில் நடந்த கொலையைப் பற்றி நால்வரும் அவரவர் கோணத்தில் விவரிக்கின்றனர் அனைத்தும் உண்மையாக இருக்கிறது. இதில் எவரது கோணம் சரியானது என்று படம் தீர்மானிக்கவில்லை.. படத்தின் இறுதியில் மீண்டும் அதே ரஷோமான் நுழைவாயில். அங்கே ஒரு குழந்தை கைவிடப்பட்டுக் கிடக்கிறது. அதை விறகுவெட்டி வளர்ப்பதற்காக எடுத்துக் கொள்வதுடன் நிறைவு பெறுகிறது.

இத்தனை அழகாகக் கச்சிதமாக அகிரா குரசேவா ஒருவரால்தான் திரைக்கதையை உருவாக்க முடியும் என்று

வியந்த ஹஷிமோடோ நேரில் தனது பாராட்டினைத் தெரிவிக்க ஊன்றுகோலை ஊன்றியபடியே டோக்கியோ பயணம் மேற்கொண்டார்.

குரசேவாவிடம் தனது பாராட்டுகளைத் தெரிவித்தார். அவர் இந்தத் திரைக்கதையை நீங்கள் இல்லாத நாட்களில் வேறு சிலருடன் விவாதித்தேன். எங்கள் விவாதம் சுமோ பயில்வான்கள் போடும் குஸ்திச் சண்டை போலிருந்தது. என்னை நன்றாகப் புரட்டி எடுத்துவிட்டார்கள். நான் எழுதிய திரைக்கதை வடிவம் உங்களுக்குப் பிடித்திருப்பது மகிழ்ச்சி அளிக்கிறது என்று சந்தோஷம் அடைந்தார்.

ரஷோமான் படம் என்றதும் இன்றைக்கும் நினைவிற்கு வருவது பெருமழையில் தோன்றும் அந்த ரஷோமான் நுழைவாயில் காட்சிகளே.

இடிபாடுகள் கொண்ட அந்த நுழைவாயிலில் பெருமழை கொட்டுகிறது. காலத்தின் அழியா சாட்சி போலிருக்கிறது அக்காட்சி. கதாபாத்திரங்களின் நினைவுகளைக் கொந்தளிக்கச் செய்வதற்கு மழையே துணை செய்கிறது. படம் நிறைவு பெறும்போது மழை ஓய்கிறது. ஆறு குழந்தைகளின் தந்தையான விறகுவெட்டி ஏழாவது குழந்தையை வளர்க்க கொண்டு போகிறான். வாழ்வு குறித்த புதிய நம்பிக்கை உருவாகிறது.

படத்தில் அந்தப் பெண்ணுக்கும் திருடனுக்குமான உறவினை மிக அழகாக குரசேவா உருவாக்கியிருக்கிறார். திரைக்கதை அத்தனை அழகாக வடிவமைக்கப்பட்டிருக்கிறது.

ரஷோமான் வெனிஸ் திரைப்பட விழாவில் சிறந்த படமாகத் தேர்வு பெற்றது. சர்வதேச அங்கீகாரம் பெற்ற ஹஷிமோடோ அதன்பிறகு குரசேவா படங்களில் தொடர்ந்து பணியாற்றினார்

ஒவ்வொரு திரைக்கதையும் ஒரு சவால் எனச் சொல்லும் ஹஷிமோடோ அதைத் தாங்கள் எவ்வாறு எதிர்கொண்டோம் என்பதை இந்நூலில் மிக அழகாக விளக்கியிருக்கிறார்.

தனது ஆரம்பப் படங்களில் மட்டுமே குரசேவா தானாகத் திரைக்கதை எழுதினார். அதன்பிறகு அவரது நான்கு திரைக்கதையாசிரியர்கள் இணைந்தே படத்தின்

திரைக்கதையை உருவாக்கினார்கள். அந்தக் கூட்டுழைப்பே அவரது வெற்றியின் ரகசியமாகக் கடைசிவரை இருந்தது.

*****

24.சத்யஜித் ரேயின் சதுரங்க விளையாட்டுக்காரர்கள்

ஒரு படத்தின் தயாரிப்பாளர் அப்படம் உருவான விதம், இயக்குநர் எவ்வாறு தன்னை அணுகினார், படப்பிடிப்பில் என்ன நடந்தது, படம் வெளிவருவதற்கு என்ன சிரமங்கள் ஏற்பட்டன, நடிகர்கள் எவ்வாறு தேர்வு செய்யப்பட்டார்கள் என்று வெளிப்படையாகப் பகிர்ந்து கொண்டதேயில்லை. பல நேரங்களில் படம் முடிவதற்குள் இயக்குநருக்கும் தயாரிப்பாளருக்கும் சண்டை முற்றிவிடுவதுண்டு. வெற்றிப்படமாக அமைந்த போதும் இயக்குநர்கள் புறக்கணிக்கப்பட்டதே சினிமா உலகின் நியதி.

ஆனால் முதன்முறையாக சுரேஷ் ஜிந்தால் என்ற சத்யஜித் ரேயின் தயாரிப்பாளர்தான் எவ்வாறு ரேயை வைத்து Shatranj Ke Khilari படத்தை உருவாக்கினேன் என்பதை விரிவான புத்தகமாக எழுதியிருக்கிறார்.

My Adventures with Satyajit Ray: The Making of Shatranj Ke Khilari, என்ற இந்நூலில் சத்யஜித் ரேயிற்கும் அவருக்குமான அறிமுகம், கடிதத் தொடர்பு, படப்பிடிப்பில் நடந்த நிகழ்வுகள், படம் வெளியாவதில் ஏற்பட்ட சிக்கல்கள், இயக்குநருடன் ஏற்பட்ட மோதல், அதைத் தொடர்ந்த கசப்பான அனுபவங்கள் மற்றும் வெளியீட்டின்போது ஏற்பட்ட சிக்கல்கள், திரைப்படவிழாவில் கிடைத்த பாராட்டுகள் என ஒளிவுமறைவின்றித் தனது அனுபவங்களை சுரேஷ் ஜிந்தால் பதிவு செய்திருக்கிறார்.

இந்நூலிற்கு முன்னுரை எழுதியிருப்பவர் பிரபல பிரெஞ்சு திரைக்கதை ஆசிரியர் ஜூன் க்ளாட் காரியர். சத்யஜித் ரேயின் வாழ்க்கை வரலாற்றை எழுதிய ஆண்ட்ரூ ராபின்சன் ஒரு விரிவான அறிமுகவுரையை எழுதியிருக்கிறார்.

அமெரிக்காவில் பொறியியல் படித்தவர் ஜிந்தால். ஜெயின் குடும்பத்தைச் சேர்ந்த வசதியானவர். இந்தியா திரும்பியதும் கலைப்படங்களை உருவாக்க முனையும் கலைஞர்களை ஆதரிக்க வேண்டும் என சினிமா தயாரிப்பில் இறங்கினார்.

இவரது தயாரிப்பில் வெளியான ரஜினிகந்தா என்ற படம் பெரிய வெற்றியைப் பெற்றது. அதைத் தொடர்ந்து தனது ஆதர்ச இயக்குநரான சத்யஜித் ரேயை வைத்து ஒரு படம் உருவாக்க விரும்பினார்.

சத்யஜித் ரேயும் நீண்ட நாட்களாகவே இந்தியில் ஒரு படம் இயக்க வேண்டும் என்று ஆசை கொண்டிருந்தார்.

1974இல் தனது நண்பர் டினு ஆனந்த் மூலமாகக் கல்கத்தாவிலுள்ள ரேயின் வீட்டிற்குச் சென்று அவரைச் சந்தித்தார் ஜிந்தால். அப்போது பிரேம்சந்தின் சிறுகதையான சத்ரஞ்ச் கி கிலாடி கதையைத் தான் படமாக்க விரும்புவதாக ரே தெரிவித்தார்.

சத்ரஞ்ச் கி கிலாடி கதையை அதற்கு முன்பு வரை சுரேஷ் கேள்விப்பட்டிருக்கவில்லை.

தன்னிடமிருந்த ஆங்கில மொழியாக்கப்பிரதியை அவரிடம் தந்த ரே, அதைப் படித்துவிட்டு மறுநாள் திருப்பிக் கொடுத்துவிட வேண்டும் என்று சொன்னதோடு, ஒரு வேளை இக்கதை பிடிக்காவிட்டால் இதை நான் படமாக்கத் தேர்வு செய்து வைத்துள்ளதைப் பற்றி ஒருவரிடம் சொல்லக்கூடாது என்று எச்சரிக்கை விடுத்தார்.

தன் அறைக்குச் சென்று இரவில் கதையைப் படித்து முடித்த சுரேஷ் அது தனக்கு மிகவும் பிடித்திருக்கிறது என்று மறுநாள் முன்பணம் கொடுக்கப் போன போது, அட்வான்ஸ் வாங்கிக் கொண்டு வேலை செய்யும் பழக்கம் எனக்குக் கிடையாது. முதலில் படத்தின் திரைக்கதையை எழுதி முடிக்கிறேன். அது உங்களுக்குப் பிடித்திருந்தால், அவ்வளவு பொருட்செலவில் படத்தை உருவாக்க முடியும் என்றால் அப்போது பணத்தைப் பற்றிப் பேசுவோம் என்று ரே முன்பணம் வாங்க மறுத்துவிட்டார்.

திரைக்கதையை உருவாக்குவதற்கு சத்யஜித் ரே விரிவான ஆய்வினை மேற்கொண்டார். கதை லக்னோவில் நடக்கிறது. அதுவும் 1856இல் நடக்கிறது. ஆகவே அன்று இருந்த மாளிகைகள். மன்னரின் வாழ்க்கை முறை, வரலாற்றுப் பூர்வ நிகழ்வுகள். பிரிட்டிஷ் ஆட்சியாளர்களைப் பற்றிய உண்மையான தகவல்கள் என்று டாக்டர்

பட்டத்திற்கு ஆய்வு செய்வது போல விரிவாக ஆய்வினை மேற்கொண்டார் ரே.

இதற்காக ரே லண்டனில் உள்ள இந்திய அலுவலகத்தையும் பல்வேறு ஆய்வு நிலையங்களையும் பயன்படுத்தினார். லக்னோவில் ரேயின் மாமா இருந்த காரணத்தால் நேரில் சென்று கள ஆய்வு செய்தார். உள்ளூர் வரலாற்று ஆசிரியர்களையும் சந்தித்து உரையாடினார். ஒரு வருஷம் முழுமையாக ஆய்வு செய்தபிறகே திரைக்கதையை எழுதி முடித்திருக்கிறார்.

திரைக்கதை ஆங்கிலத்தில் எழுதப்பட்டது. படப்பிடிப்பிற்காக உருதும் பெங்காலியும் தெரிந்த ஒரு எழுத்தாளரை உதவிக்கு வைத்துக் கொள்வதாக ரே சொல்லியிருந்தார்.

படப்பிடிப்பு துவங்கவே எட்டு மாதங்களுக்கும் மேலானது. இதற்கிடையில் முக்கியக் கதாபாத்திரமாக நடிக்கும் சஞ்சீவ் குமாருக்கு மாரடைப்பு ஏற்பட்டு மருத்துவமனையில் அனுமதிக்கப்பட்டார். இன்னொரு கதாபாத்திரம் ஏற்று நடிக்கும் அம்ஜத்கான் விபத்தில் காயம்பட்டார். ஆகவே உடனடியாகப் படம் ஆரம்பிக்கப்படவில்லை.

இந்தப் படத்திற்கான ஆயத்தப்பணிகளின் ஊடே ரே சென்னைக்கு வந்து பாலசரஸ்வதி பற்றிய ஆவணப்படத்தை இயக்குகிறார். அமெரிக்காவிற்குச் சென்று நார்டன் சொற்பொழிவிற்காக இரண்டுமாதங்கள் செலவிடத் திட்டமிடுகிறார். மாஸ்கோ திரைப்படவிழாவிற்குப் போய் வருவதற்கு ஒத்துக் கொள்கிறார். பரபரப்பான தனது வாழ்க்கைச் சூழலுக்கு நடுவே படிக்கவும் இசை கேட்கவும் ரே நேரம் ஒதுக்குகிறார் என்பதே அவரது சிறப்பு.

வினியோகஸ்தர்களின் விருப்பத்திற்காகப் படத்தில் ஹேமாமாலினியை சேர்த்துக் கொள்ள முடியுமா? படத்தை விற்பது எளிது என்று ஜிந்தால் சொன்னபோது, தன்னால் அப்படிச் செய்ய இயலாது. தன் படத்தில் வணிக நோக்கத்திற்காக எவரையும் நடிக்க வைக்க முடியாது என்று கறாராக ரே மறுத்துவிட்டார்.

ஷோலே படத்தில் வில்லனாக நடித்த அம்ஜத்கானை இந்தப் படத்தில் மாறுபட்ட கதாபாத்திரமாக நடிக்க

வைப்பது சரியா என சுரேஷ் தயங்கியபோது. தனது கதாபாத்திரத்திற்கு அவர் பொருத்தமாக இருப்பார் என்றுதான் தேர்வு செய்தேன். அவர் புகழ்பெற்ற நடிகர் என்பதற்காக இல்லை என்றார் ரே.

ஆரம்பத்தில் சுரேஷ் ஜிந்தால் ரேயின் விருப்பப்படியே நடந்து கொண்டார். ஆனால் படம் துவங்கியதும் அவரது அணுகுமுறை முற்றிலும் மாறியது. தன்னை இதைவிட யாரும் அவமதிக்க முடியாது. நெருக்கடி கொடுக்க முடியாது, என்று மனம் நொந்து ரே கடிதம் எழுதியிருக்கிறார்.

அரங்கம் அமைக்கப் போதுமான பணம் தரப்படவில்லை. படப்பிடிப்புத் தளத்தில் வேலை செய்தவர்களுக்குப் பணம் தரவில்லை. தொழில்நுட்பக் கலைஞர்கள் பணம் கேட்டு ரேயைத் தொந்தரவு செய்தார்கள்.

ஜிந்தால் தன்னிடம் பணமில்லை, கடன் வாங்கி வட்டி கட்டுகிறேன் என்று பேசி பணம் தர மறுத்தார். படப்பிடிப்பு தாமதமானது. கடன் வாங்கிப் படப்பிடிப்பு மறுபடியும் துவங்கியது. படப்பிடிப்பு குழு மோசமான விடுதியில் தங்க வைக்கப்பட்டது. நடிகர்களுக்குக் கூடப் பணம் தரப்படவில்லை.

இத்தனை நெருக்கடிகளுக்குள்ளும் தான் விரும்பியபடியே தான் ரே படத்தை எடுத்தார். படப்பிடிப்புத் தளத்தில் இந்த விஷயங்கள் எதுவும் அவரைப் பாதித்தது போலக் காட்டிக் கொள்ளவில்லை. அறுபது நாட்களில் படம் முடிந்து போனது.

படத்தை விற்பதில் மறுபடியும் ஏகப்பட்ட குளறுபடிகள். படம் குறித்து வெளியான மோசமான விமர்சனங்கள் படத்தின் வசூலைப் பாதித்தன. ஆனால் திரைப்படவிழாக்களில் படம் கொண்டாடப்பட்டது. வெளிநாடுகளில் படத்தை விமர்சகர்கள் கொண்டாடினார்கள். அந்த வெற்றியை வைத்துக் கொண்டு வெளிநாடுகளில் படத்தை விற்க பல்வகைத் தந்திரங்களை மேற்கொண்டார் ஜிந்தால்.

இனி ஒருபோதும் இந்திப்படம் எடுக்கமாட்டேன் என்று ஒதுங்கிக் கொள்ளும் அளவு பிரச்சனைகளைச் சந்தித்தார் ரே.

ஆனால் அவரது திரைப்படம் அவருக்கேயான அழகியலோடு வரலாற்றை மீள் உருவாக்கம் செய்திருக்கிறது.

ஒரு கலைஞனாக சத்யஜித் ரேயை மிகவும் மதிக்கிறேன். அவர் நிகரற்ற ஆளுமை என்று சுரேஷ் ஜிந்தால் அவரைப் புகழ்ந்து எழுதியிருக்கிறார்.

சர்வதேச அளவில் பெயரும் புகழும் கொண்ட ஒரு இயக்குநர் இந்தியில் படம் இயக்குவது என்றாலே இத்தனை பிரச்சனைகளா எனத் திகைக்கும்படி உண்மைகளை வெளியே பகிர்ந்திருக்கிறார் ஜிந்தால்.

*****

தேசாந்திரி பதிப்பகம்

உபபாண்டவம்	ரூ.375
நெடுங்குருதி	525
யாமம்	400
துயில்	525
சஞ்சாரம்	340
இடக்கை	375
பதின்	235
கடவுளின் நாக்கு	350
உலக இலக்கியப் பேருரைகள்	325
எழுத்தே வாழ்க்கை	175
பதினெட்டாம் நூற்றாண்டின் மழை	230
தாவரங்களின் உரையாடல்	150
வெயிலைக் கொண்டு வாருங்கள்	140
விழித்திருப்பவனின் இரவு	225
காற்றில் யாரோ நடக்கிறார்கள்	325
கோடுகள் இல்லாத வரைபடம்	75
மலைகள் சப்தமிடுவதில்லை	250
வாசகபர்வம்	210
காண் என்றது இயற்கை	115
செகாவின் மீது பனி பெய்கிறது	150
கூழாங்கற்கள் பாடுகின்றன	75
எனதருமை டால்ஸ்டாய்	100

ரயிலேறிய கிராமம்	150
உலகை வாசிப்போம்	200
நாவலெனும் சிம்பொனி	140
இலக்கற்ற பயணி	175
செகாவ் வாழ்கிறார்	150
தனிமையின் வீட்டிற்கு நூறு ஜன்னல்கள்	150
காட்சிகளுக்கு அப்பால்	75
கால் முளைத்த கதைகள்	100
எலியின் பாஸ்வேர்டு	35
சிரிக்கும் வகுப்பறை	110
விலங்குகள் பொய் சொல்வதில்லை	225
கதாவிலாசம்	380
தேசாந்திரி	275
துணையெழுத்து	350
எனது இந்தியா	650
மறைக்கபட்ட இந்தியா	375
நிமித்தம்	450
நம் காலத்து நாவல்கள்	350
எஸ்.ராமகிருஷ்ணன் நேர்காணல்கள்	250
நகுலன் வீட்டில் யாருமில்லை	150
புத்தனாவது சுலபம்	200
காந்தியோடு பேசுவேன்	175
உறுபசி	175
ஆதலினால்	175
சிறிது வெளிச்சம்	450
இந்தியவானம்	240
வீடில்லா புத்தகங்கள்	250
நூறு சிறந்த சிறுகதைகள்	1000

அப்போதும் கடல் பார்த்துக்கொண்டிருந்தது   125
சைக்கிள் கமலத்தின் தங்கை   450
ஏழு தலைநகரம்   200
அயல் சினிமா   150
ஆயிரம் வண்ணங்கள்   140
எஸ்.ராமகிருஷ்ணன் கதைகள்

வாக்கியங்களின் சாலை
சித்திரங்களின் விசித்திரங்கள்
வெளியில் ஒருவன்
காட்டின் உருவம்
பால்ய நதி
நீரிலும் நடக்கலாம்

குறத்திமுடுக்கின் கனவுகள்
குதிரைகள் பேச மறுக்கின்றன

கலிலியோ மண்டியிடவில்லை
சாப்ளினுடன் பேசுங்கள்
பிகாசோவின் கோடுகள்
பதேர் பாஞ்சாலி நிதர்சனத்தின் பதிவுகள்

உலக சினிமா
பேசத்தெரிந்த நிழல்கள்
இருள் இனிது ஒளி இனிது
பறவைக் கோணம்
சாமுராய்கள் காத்திருக்கிறார்கள்
கிறுகிறு வானம்
அக்கடா
குற்றத்தின் கண்கள்
என்றார் போர்ஹே